അമേരിക്കൻ നോട്ടുബുക്ക്

കവിതകൾ യാത്രകൾ

Nadakkavu, Kozhikode, Kerala
Tel:0495–4020666
www. insightpublica. com
e-mail: insightpublica@gmail. com
American Notebook Kavithakal Yathrakal
Author: Mangad Rathnakaran
Front Cover Photo: Mangad Rathnakaran
Back Cover Photo: Santhosh Kaviyur
(Malayalam)
First Edition: February 2025
Copyright©Reserved

ISBN - 978-93-5517-915-9
Printed and Published by
Insightinpublica Printers & Publishers Ltd.

₹125/-

അമേരിക്കൻ നോട്ടുബുക്ക്

കവിതകൾ യാത്രകൾ

മാങ്ങാട് രത്നാകരൻ

1962 - ൽ വടക്കേ മലബാറിൽ ബാര ഗ്രാമത്തിൽ ജനിച്ചു. അച്ഛൻ: കെ.വി. കൃഷ്ണൻ നായർ. അമ്മ: എ.നാരായണിയമ്മ. വെടിക്കുന്ന് യു.പി. സ്കൂൾ, ഉദുമ ഗവ. ഹൈസ്കൂൾ, കാസർകോട് ഗവ.കോളെജ്, ഗവ. ബ്രണ്ണൻ കോളെജ്, ഡൽഹി സർവകലാശാല എന്നിവിടങ്ങളിൽ പഠനം. *ന്യൂഡൽഹി ഇന്ന്, ഇന്ത്യാ ടുഡേ (മലയാളം), ഏഷ്യാനെറ്റ് ന്യൂസ് എന്നീ മാധ്യമങ്ങളിൽ ജോലി ചെയ്തു. നോഹയുടെ കാലത്ത് ഇങ്ങനെത ന്നെയായിരുന്നോ? അയ്യോ, അല്ല, ഇന്നലെയുടെ ചോരപ്പാടുകൾ ആരും മറക്കാതിരിക്കാൻ ഞാനിന്നു പാടുന്നു, അപ്പാ, കന്യ സന്യാലിന്ന മതിയായി, അല്ലേ?, നരകവാതിൽ എന്നീ കവിതാസമാഹാരങ്ങൾ. യാ ബാസ്സാ!, മൊണാലിസാതീർത്ഥയാത്ര, മേഘവെഞ്ചാമരത്തിന്ന കീഴെ കൈലാസം മാനസസരോവരം, വിശുദ്ധ പത്രോസ്മീൻ, മാങ്ങാട് രത്നാകരന്റെ യാത്രകൾ എന്നീ യാത്രാവിവരണ സമാഹാരങ്ങൾ.* വിവിധ വിഭാഗങ്ങളിലായി നാല്പതു കൃതികൾ.

ഭാര്യ: പ്രീതി എം.ജി., മക്കൾ: മുരളീകൃഷ്ണൻ, ശിവപ്രസാദ്. വിലാസം: 24,'പ്രശാന്ത്', കൂട്ടാംവിള ലെയ്ൻ, വേട്ടമുക്ക് വഴി, വട്ടിയൂർക്കാവ് പോസ്റ്റ്- 695013, തിരുവനന്തപുരം.

email: sabdaratnakaram@gmail.com

മാങ്ങാട് രത്നാകരൻ

സജി ഡൊമിനിക്കിന്...

അമേരിക്ക

നികനോർ പാർറ

സ്വാതന്ത്ര്യം
ഒരു പ്രതിമ
മാത്രമായ രാജ്യം
ഫിദെൽ സത്യസന്ധനായിരുന്നെങ്കിൽ
എന്നെ വിശ്വസിച്ചേനെ
ഞാൻ ഫിദെലിനെ വിശ്വസിച്ചമാതിരിതന്നെ:
ചരിത്രം എന്നെ കുറ്റക്കാരനല്ലെന്നു വിധിക്കും
ഈയാഴ്ച മൂന്നതവണ
ഒരു പ്രാവ്
എന്റെമേൽ കാഷ്ടിച്ചു
പക്ഷുകൾക്ക് ചിറകില്ലാത്തതു നന്നായി
ദൈവത്തിനു സ്തുതി
രണ്ടു കാമുകിമാരിൽ
ഇല്ലാത്തവളെ മാത്രമേ നീ പ്രേമിക്കൂ
ഓരോ ആയിരം ചിലെക്കാരിൽ
ഒരാൾ വീതം സങ്കടത്താൽ മരിക്കുന്നു.
തെരുവിൽ മരിച്ചുകിടക്കുന്ന
ഒരു പോലീസുകാരനെ
ആരും കണ്ടിട്ടില്ല-
അതിനർത്ഥം
അവർ മരിക്കുന്നത്
കിടക്കയിലാണെന്നാണ്-
വെളിവുള്ള ആരും പറയില്ല
അവർ അനശ്വരരെന്ന്

ഉള്ളടക്കം

മുഖവുര

യാത്രാവിവരണങ്ങൾ എഴുതുക ശീലമാണെങ്കിലും അമേരിക്കൻ യാത്രകളിൽ അധികവും കവിതകളായി പുറപ്പെട്ടതെന്തേ? മോമയിലും മെറ്റിലും ഫില്ലിയിലും പ്രിയപ്പെട്ട കലാസൃഷ്ടികളുമായുള്ള നേർക്കാഴ്ച യിലെ വികാരത്തള്ളൽ എന്റെ ഗദ്യത്തിന് അപ്രാപ്യമായതുകൊണ്ടോ? സാന്ദ്രമായ അനുഭവങ്ങൾക്കു കവിതയാണ് ചേരുവരിക എന്നതിനാലോ? എന്തോ, 'അറിഞ്ഞുകൊണ്ട്' കവിതയെഴുതുന്ന എനിക്കു വിശദീകരിക്കാ നാവുന്നില്ല. ''പ്രചോദനം ഉള്ളതുതന്നെ, പക്ഷേ നിങ്ങൾ വരച്ചുകൊണ്ടി രിക്കുന്നതായി കണ്ടാലേ അതു വരൂ,'' എന്നു പാബ്ലോ പിക്കാസ്സോ.

2016- ലും 2017-ലുമായിരുന്നു എന്റെ അമേരിക്കൻ യാത്രകൾ. ന്യൂയോർക്കിൽ വിശേഷിച്ചും അലഞ്ഞുതിരിഞ്ഞു. ആദികവിതൊട്ട് നാളിതുവരെയുള്ള കാവ്യചരിത്രത്തിൽ പകരം വയ്ക്കാനില്ലാത്ത കവി ഫെദറികോ ഗാർസിയ ലോർകയുടെ *ന്യൂയോർക്കിൽ കവി* എന്ന കാവ്യം ആ യാത്രകളിൽ എന്റെ കൈസഞ്ചിയിലുണ്ടായിരുന്നു. അതാകാം എന്റെ അമേരിക്കൻ യാത്രകളിലധികവും കവിതകളിലേയ്ക്കു ബാധ കൂടിയത്!

കവിതകൾക്കു വഴങ്ങാത്ത യാത്രകൾ യാത്രാവിവരണത്തിന്റെ ഏറെക്കുറെ സാമ്പ്രദായികമായ മട്ടിൽത്തന്നെ എഴുതി. അവയിലും കലാസൃഷ്ടികൾ തന്നെയാണ് അധികവും കടന്നുവന്നത്. ഈ സമാ ഹാരത്തിന് അവതാരിക എഴുതിത്തന്നത് എന്റെ ഇഷ്ടകവി കെ.ജി. എസ്. ആണ്. എനിക്ക് കെ.ജി.എസിന്റെ കവിതകളോടുള്ളത്രയും ഇഷ്ടം എന്റെ എഴുത്തിനും അദ്ദേഹം ചൊരിഞ്ഞിട്ടുണ്ട്. സ്നേഹസ്പർശം കൂടി അതിലുണ്ടാകാം.

മാങ്ങാട് രത്നാകരൻ

തിരുവനന്തപുരം

25-11-2024

അവതാരിക

കെ.ജി.എസ്.

നാമെപ്പോഴും രണ്ടു നേരങ്ങൾക്കിടയിലാണെന്നു ജോൺ ബെർജർ. ശരീരത്തിന്റെയും ബോധത്തിന്റെയും നേരങ്ങൾക്കിടയിൽ. അമേരിക്ക യിലെ മോമ, മെറ്റ് ഗാലറികളിൽ ചിത്രങ്ങൾ കണ്ടുനിൽക്കുന്ന മാങ്ങാട് രത്നാകരന്റെ നില ന്യൂയോർക്കിലെ ദൃശ്യനേരത്തിനും ബോധത്തിലെ ചരിത്രനേരത്തിനുമിടയിലെ ചരരാശിയിൽ. കവിതയും യാത്രയും ഒരേ കരുത്തിൽ പ്രവർത്തിക്കുന്ന ജനിതകഘടനയാണ് മാങ്ങാട് രത്നാകരന്റെ സർഗ്ഗാത്മകതയ്ക്കുള്ളതെന്നു തോന്നാറുണ്ട്. രത്നാകരന്റെ കവിതയിൽ യാത്രയും യാത്രയിൽ കവിതയും കലരുന്നു. കണ്ടതെല്ലാം എന്നിൽ ചേരുന്നു; കാണാത്തവ നിർത്താതെന്നെ വിളിക്കുന്നു എന്ന തരം ഒരു ഓഡീസിത്വര പൊറ്റെക്കാട്ടിലും രവീന്ദ്രനിലും സക്കറിയയി ലുമെന്ന പോലെ രത്നാകരനിലും ശക്തം. യാത്ര കവിയെ കൂടെ കൂട്ടും; കവിത യാത്രികനെയും. കാണുന്നതു മുഴുവ്യക്തതയോടെ കാണാൻ വിശദാംശങ്ങൾ തെളിയുന്ന ചരിത്രബോധത്തിന്റെ ലെൻസ് കാഴ്ച കൂട്ടും. തെളിമൊഴിയിലല്ലാതൊരു പോക്ക-വരവ് - പടർപ്പ്, കേറിയിറങ്ങൽ, മുങ്ങിനിവരൽ, രത്നാകരനു പറയാൻ വയ്യെന്നതിനു *മാങ്ങാട് രത്നാകരന്റെ യാത്രകൾ* തെളിവ്. ചാവുകടലിൽ ഔഷധക്കള്ളിരില്ലും മാനസസരോ വറിൽ മുക്തിക്കള്ളിരില്ലും രത്നാകരന്റെ വാക്കുകൾക്കു നീരാടാതെ വയ്യ. ചിറകുകുടഞ്ഞ് വേണ്ടാത്ത നീർഭാരം കളഞ്ഞ് ഭാഷയ്ക്കു കവിതയില്ലും യാത്രയെഴുത്തിലും സ്വാഭാവിക കൃശതയിലെത്താതെ വയ്യ. വെവ്വേറെ മഴവില്ലുകളിൽ പാറാതെ വയ്യ. യാത്രയിൽ നേരിട്ടറിഞ്ഞ സ്ഥല-ജല സംസ്കാര - ചരിത്രഭൂമികളിലെ വറുതിയോ യുദ്ധമോ വംശവെറിയോ നിറനിന്ദയോ നീതിനിഷേധമോ, ഭാഷയിൽ ചുമ്മാ കുത്തുക്കുണ നമ്മെ തെര്യപ്പെടുത്താതെയും വയ്യ. രത്നാകരന്റെ ഈ അമേരിക്കൻ യാത്ര കളിലും ഈ വയ്യായ്ക്കയെല്ലാം ഞാൻ കണ്ടു. ഏതു യാത്രയിൽ എവിടെ രത്നാകരനെ കണ്ടാലും ബോധപരിസരത്ത് പാർറയോ ബ്രെഹ്തോ കാസർകോടൻ മലയാളമോ കാവൽമാലാഖമാരായി പാറ്റുന്നുണ്ടാവും.

അമേരിക്കയിലും കണ്ടു. ന്യൂയോർക്കിൽ കപ്പലിറങ്ങും മുമ്പ് *ലെനിന്റെ സമാഹൃത കൃതികൾ* 'അമേരിക്കയുമായി കുഴപ്പത്തിനില്ലെ'ന്ന നിശ്ചയ ത്തിൽ കപ്പലിൽ നിന്ന് ബ്രെഹ്ത് കടലിലേക്കു കളയുന്നു, കപ്പലിറ ങ്ങുന്നു. രത്നാകരന്റെ നോട്ടങ്ങളിൽ ബ്രെഹ്തിയൻ മൂർച്ച കൂട്ടി ഗ്രൗണ്ട് സീറോയിൽ ഇണങ്ങാതെ നിൽക്കുന്നു. ഹഡ്സൺ നദീതീരത്തു നിന്ന ദൂരെ രത്നാകരൻ സ്വാതന്ത്ര്യപ്രതിമയുടെ ഇമ്പ കാണുന്നതിനും വളരെ മുമ്പേ 'അമേരിക്കാ, നിന്റെ സ്വാതന്ത്ര്യം ഒരു പ്രതിമ മാത്രം' എന്ന് അതിന്റെ സ്മാരകമാത്രമൂല്യം വെളിവാക്കി നികനോർ പാർറ അതില്ല മുയർന്നു മുഴങ്ങുന്നു.

യാത്രയെഴുത്തിലും കവിതയിലും മത്തുപിടിപ്പിക്കുന്ന മറ്റ ചില സഖ്യ ങ്ങൾ ചിലപ്പോൾ രത്നാകരനോട് കൂട്ടുന്നു. ഒരു കൂട്ടുകാരി, കോപ്പ നിറയെ വിശിഷ്ടസോമം, ഒരു ചീന്ത് കലാചിന്ത, ഒമർ ഖയ്യാമിയൻ ലഹരി, വിദേശമഹാനഗരത്തിൽ നില്ലുമ്പോൾ ഓർമ്മവരുന്ന നാട്ടിലെ തോട്, ഒരു നിശിത രാഷ്ട്രീയ പ്രതികരണം, തുടങ്ങിയവ കോർത്തൊരു ചിഹ്നമാല രത്നാകരന്റെ എഴുത്തിന്റെ ആൾജിബ്രയിൽ യൗവനത്തിന്റെ ദൂരസൂചകങ്ങളാവുന്നു. കാണുന്ന ദേശത്തിൽ സ്വന്തം ബോധപ്രകൃതിയും അഭിരുചിപ്പടർപ്പും വാങ്മൂലങ്ങളും പടർത്തി രത്നാകരൻ അവിടെ സ്വന്തം ഉണ്മയുടെ പതാക നാട്ടുന്നു. ഏതു യാത്രികനിലുമുണ്ട് ഒരു ചെറിയ അധിനിവേശി. അല്ലമായെങ്കിലും ചങ്ങാതിയുടെ കോളനി യാവാതില്ലൊരു ചങ്ങാതിയും, ഒരു കാമുകിയും. അമേരിക്ക അതിന്റെ തനതു ഭൗതിക വടിവിൽത്തന്നെ കണ്ടു ബോധിക്കണമെങ്കിൽ കൂടെയുള്ള ഫോട്ടോകളിൽ നോക്കണം.

അമേരിക്കയിലെത്തിയ കവി, രത്നാകരൻ. പക്ഷേ, ഏത് അമേരിക്ക? 'അമേരിക്കാ, നിന്റെ സ്വാതന്ത്ര്യം ഒരു പ്രതിമ മാത്രം' പാർറ കണ്ട അമേരിക്ക, 'അമേരിക്കയെ ഞാനെന്റെ വികാരത്തിന് വെളിയിൽ നിർത്തും' എന്ന നെരൂദ പറഞ്ഞ അമേരിക്ക,'അമേരി ക്കാ, നീയെന്നൊരു മാലാഖയാവും' എന്ന ഗിൻസ്ബെർഗ് ചോദിച്ച അമേരിക്ക, തുടങ്ങി ഇന്നൊരു മൂന്നാം ലോക കവി നോക്കുമ്പോൾ എത്ര യെത്ര അമേരിക്കകൾ കർത്താവേ! ബോംബിന്റെ തീച്ചീള് തറഞ്ഞ് മനസ്സും ശരീരവും പൊള്ളി നിലവിളിച്ചോട്ടുന്ന ഒമ്പതുവയസ്സുകാരി ഫാൻ തി കിം ഫുക്കിനെ നഗ്നയാക്കി നിരത്തിലെറിഞ്ഞ അമേരിക്കയുടെ ക്രൂരമുഖം വിയറ്റ്നാമീസ് ഫോട്ടോഗ്രാഫർ നിക് ഉട്ടിന്റെ ഫോട്ടോയിൽ കണ്ടു ലോകം ഞെട്ടി. ക്രൂരത കൊലയായുധങ്ങൾ കൊണ്ടു ചരി ത്രത്തിൽ ഓർമ്മ കൊത്തിവെക്കും. അമേരിക്കയുടെ കൊലവെറി ചെയെ കൊന്നു. പലരെ കൊന്നു. ചിലിയിൽ, ഗ്വാട്ടിമാലയിൽ (1956),

വിയറ്റ്നാമിൽ (1960-70) അങ്കോളയിൽ (1970-80), ചിലി (1973), ഗ്രനേഡ (1984), നികരഗ്വ(1980), പനാമ (1989), അറേബ്യൻഗൾഫിൽ, ഹവാനയിൽ, ക്യൂബയിൽ, ജപ്പാനിൽ, ഫിലിപ്പൈൻസിൽ, ഏതു രാജ്യ ത്തിലെയും സമ്പത്തിൽ, അധികാരത്തിൽ, സംസ്കാരത്തിൽ, വിധവ കളിൽ അനാഥക്കുഞ്ഞുങ്ങളിൽ, നിലവിളികളിൽ, അണുപ്രസാരണമാ രണങ്ങളിൽ, കമ്മ്യൂണിസ്റ്റ് വിശുദ്ധതയിൽ, ഇസ്ലാമോഫോബിയയിൽ, കൊക്കക്കോളയിൽ, മക്ഡൊണാൾഡ്സിൽ, വർണ്ണവെറിയിൽ, അമേരിക്കൻ ക്രൂരത ചരിത്രത്തിലെ ഏറ്റവും ഭയാനകമായ ഓർമ്മകൾ കൊത്തിവെച്ചു. വിറ്റ്മാന്റെ, ലിങ്കണിന്റെ, ഗ്രിഫിത്തിന്റെ, ഹോളിവുഡി ന്റെ, ഹെമിംഗ്വേയുടെ, അഭയത്തിന്റെ...ഓർമ്മ അതിജീവിക്കാൻ പണിപ്പെടുന്നു. സ്വന്തം സർഗ്ഗാത്മകതയ്ക്ക് മേൽ സംഹാരാത്മകതയുടെ നിഴൽ അമേരിക്ക സ്വയം വീഴ്ത്തുന്നതിനാൽ. ചോദ്യം പിന്നെയും ബാക്കി. ഏതമേരിക്കയിലാണ് രത്നാകരൻ? എഡ്വേഡ് സെയ്ദ് കണ്ട 'അദർ അമേരിക്ക'യിൽ? 'അമേരിക്കാ, നിന്റെ ഹൃദയരേഖ എവിടെ?' എന്ന് അയ്യപ്പപ്പണിക്കർ ചോദിച്ച അമേരിക്കയിൽ?

ക്രമേണ വ്യക്തം; രണ്ടു ഗാലറികളുണ്ട് രത്നാകരന്റെ കവിതയിൽ. പുറംകാഴ്ചകളുടെ ഗാലറിയും ഉൾക്കാഴ്ചകളുടെ ഗാലറിയും. ഉൾക്കാഴ്ചക ളിലെ അമേരിക്കയിൽ നിൽക്കുന്ന കവി. മോമ, മെറ്റ് ഗാലറികളിൽ കാണുന്നതിലേറെയും കവിക്ക പണ്ടേ കേട്ടറിവും കണ്ടനുഭവവുമുള്ള ചിത്രങ്ങൾ. മോനെ, പിക്കാസ്സോ, ദാലി, വാൻഗോഗ്, പോളക്, റോത്കോ, സെസാൻ... എന്തരോ മഹാനുഭാവുല്ല. അമേരിക്കൻ ചിത്രത്വമുള്ളവയല്ല ആ ചിത്രജന്മങ്ങളേറെയും. സ്വന്തം സർഗ്ഗപ്പെരുമ പെരുക്കാൻ ഉടമാഭിമാനത്തോടെ അമേരിക്ക പ്രദർശിപ്പിച്ചിരിക്കുന്ന ആ ചിത്രങ്ങൾ വിദേശികൾ. അമേരിക്ക അമേരിക്കയിലേക്ക കുടിയേ റ്റിയവ. 'വിശിഷ്ടഭോജ്യങ്ങൾ കാൺകിൽ കൊതിയാമാർക്കും' എന്ന കുമാരനാശാൻ ഭാവിയിലെ പോസ്റ്റ്കൊളോണിയൽ സൗന്ദര്യവ്യാ പാരികളെക്കൂടി പ്രവചിച്ചിട്ടുണ്ടല്ലൊ. അത്തരം പെരുംകൊതിയരായ കൊള്ളക്കാരായിരുന്ന എക്കാലത്തും കൊളോണിയൽ കുബേരർ. അപഹരിച്ച ചൂടിയ വിഭവത്തിന്റെയോ വൈഭവത്തിന്റെയോ പെരുമ പ്പീലികൾ വിടർത്തി പ്രദർശിപ്പിച്ച മയൂരനൃത്തമാടുന്നവർ. അവരെ ഈ കവിതകൾ വാഴ്ത്തുന്നില്ല.

ന്യൂയോർക്കിലെ ബാറ്ററിപ്പാർക്കിലാണ് ല്യൂയിസ് സൻഗ്വീനോ ചെയ്ത ചരിത്രശില്പം, *കുടിയേറ്റക്കാർ.* ആഫ്രിക്കൻ അഭിമാനത്തിൽ നിന്നു പണ്ട് അമേരിക്കൻ ചങ്ങലകൾ കെട്ടിവരിഞ്ഞ് കപ്പലിലിട്ട കൊണ്ടുവന്ന അടിമക്കൂട്ടങ്ങളെ ഓർമ്മിപ്പിക്കുന്നത്. അവരിൽ പാതി അമേരിക്കൻ

വൻകര കാണാതെ നട്ടക്കടലിൽ ആത്മരോഷത്തിന്റെ സമുദ്രാഗ്നി യിൽ ദഹിച്ചടങ്ങി. വേറേയൊരടക്കം വേണ്ടിവന്നില്ല, കര കണ്ടവർ നരകത്തിൽ വെയ്ത ജീവിച്ചു. മരണം മാത്രം അവർക്കു മുക്തി നൽകി. അവരുടെ മക്കളും മക്കളുടെ മക്കളുടെ മക്കളുടെ മക്കളും പണിതതാണ് ഇന്നു നാം കാണുന്ന അമേരിക്കൻ പ്രതാപമെന്നു രത്നാകരൻ. പറ ദീസകൾക്കു പിന്നിലെ അനീതി എന്ന നരകനേര കാണൽ ഒരു കാവ്യഗുണം. ചിത്രദർശനത്തിലൂടെ ചരിത്രദർശനം; സംസ്കാരദ ർശനം. അതായത്, തിരുവല്ല തലസ്ഥാനമാക്കാവുന്ന അമേരിക്കോ ന്മുഖ മധ്യവർഗ്ഗ മലയാളിമക്കളുടെ മോഹങ്ങളിലെ അമേരിക്കയല്ല, നീതിദർശനത്തിൽ തെളിയുന്ന, ലോകം യുദ്ധപ്പറമ്പാക്കുന്ന ക്രിമിനൽ അമേരിക്കയാണ് *കുടിയേറ്റക്കാരിൽ* പതിയുന്നത്. പല രാജ്യങ്ങളിൽ നിന്ന് അമേരിക്കയിലേക്കു കുടിയേറിയവർ കുടിയേറ്റക്കാരല്ലാത്ത ആദിമരെ എന്നേ ഇല്ലാതാക്കി. വർണ്ണവെറിയും വംശീയഭ്രാന്തും മൂത്ത ഇന്നത്തെ അമേരിക്കൻ അധികാരി - അഹം ആ വംശഹത്യക്കാരുടെ വംശം.

വെറുപ്പിന്റെ ഇരുളപ്പാടായിരുന്ന പ്രസിഡന്റ് ട്രമ്പിനോട് സ്പാനിഷ് ശില്പി ല്യൂയിസ് സൻഗ്വീനോയുടെ *കുടിയേറ്റക്കാർ* എന്ന ചരിത്രശില്പ ത്തിലെ അടിമകൾ സാക്ഷിയായി കവി ചോദിക്കുന്നു: അവരും കുടി യേറ്റക്കാരോ? അമേരിക്കൻ ചരിത്രത്തെ കടയോളം കുടയാൻ ആ ചോദ്യം മതി. ഗാലറികളിലെ കലാരൂപങ്ങളും കുടിയേറ്റക്കാരോ? അടി മകളുടെയ പോലൊരു ജന്മദേശനിരാസം, പ്രവാസകഥ, ഗൃഹനിന്ദ, അവയും സഹിക്കുന്നുണ്ടോ? മിണ്ടാപ്പൊടിയായി, നോവായി, മോമ, മെറ്റ് ഗാലറികളിലെ ചിത്രങ്ങളിലും ആ നോവു പുരണ്ടിരിക്കുന്നത് കവി കണ്ടിരിക്കാം. സാമ്രാജ്യത്വത്തിന്റെ പ്രതാപചിഹ്നങ്ങളാക്കപ്പെട്ട ന്നതിലുള്ള പ്രതിഷേധസ്വരം ആ ചിത്രങ്ങളിൽ നിന്നുയരുന്നത് കവി കേട്ടിരിക്കാം. അനീതിയുടെ അനുഭവം ആഗോളം. അതു ചിത്രത്തിനും സംഗീതത്തിനും എഴുത്തിനും അടിമയ്ക്കും സ്ത്രീക്കും ഒരേ സഹനം. 'നഗ്നത' എന്ന കവിതയിൽ ഫെമിനിസ്റ്റ് ആക്ടിവിസ്റ്റുകൾ ചോദിക്കുന്നു, 'മെറ്റ്മ്യൂ സിയത്തിൽ ഇടം കിട്ടണമെങ്കിൽ പെൺകുട്ടികൾ ഉണിയുരിയണോ?' ഉത്തരവും അവർ തന്നെ പറഞ്ഞു. 'ആധുനിക കലാവിഭാഗത്തിൽ സ്ത്രീകലാകാരികൾ അഞ്ചു ശതമാനം മാത്രം. കാണിക്കുന്ന നഗ്നശ രീരങ്ങളിൽ എൺപത്തഞ്ച് ശതമാനവും പെണ്ണങ്ങളുടെ.' ല്യൂസിയൻ ഫ്രോയ്ഡിന്റെ *നഗ്നപുരുഷന്റെ പിൻഭാഗദൃശ്യം* എന്ന ചിത്രം കൊണ്ട് സമക്കേട് സന്തുലിതമാക്കാനൊരു ഫ്രോയ്ഡിയൻ ന്യായം അധികാ രികൾ തേടുന്നുണ്ടെങ്കിലും അനീതി, നഗ്നം.

കുടിയേറ്റക്കാരിലെ വ്യംഗ്യം, അമേരിക്കൻ നേർച്ചരിത്രത്തിന്റെ നാനോസംക്ഷേപം. കവിതയ്ക്ക് വെളിയിലെ പഴയ ചില ഏട്ടുകൾ ഈ കവിത എന്നെ ഓർമ്മിപ്പിക്കുന്നു. അവയും എനിക്കിപ്പോൾ കാവ്യപാഠം. ദൂരദേശങ്ങളിലെ ജനതകളുടെ സ്വൈരജീവിതത്തിലേക്കും സംസ്കാ രത്തിലേക്കും സ്വാതന്ത്ര്യത്തിലേക്കും തോക്കും ചങ്ങലയും രോഗങ്ങളും അടിമത്തവുമായി അമേരിക്ക ചെയ്ത അധിനിവേശാക്രമണങ്ങളുടെയും കൊട്ടമകളുടെയും ചരിത്രത്തിലെ ആരോഹണാധ്യായങ്ങളാണ് ഈ രത്നാകര കവിതയിലെ പശ്ചാത്തലജ്ഞാനം. ജോർജ്ജ് വാഷിംഗ്ടൺ വടക്കേ ആഫ്രിക്കയിലെ ലിബിയ ആക്രമിച്ച കാലം മുതലെങ്കിലും തീവ്രതരമായ അമേരിക്കൻ ക്രൂരതയുടെ ചരിത്രത്തെയാണ് ശര വരി കളില്ലൂടെ രത്നാകരന്റെ 'കുടിയേറ്റക്കാര്‍' എഴുന്നത്.

ലിബിയയിൽ അവസാനിച്ചില്ല അമേരിക്കയുടെ വിഭവകാമം. ശാന്തസമുദ്രത്തിലെ ദ്വീപുകളിൽ അതു താണ്ഡവമാടി. തിമിംഗലവേ ട്ടവ്യവസായം കൊഴുപ്പിക്കാനായി കടൽ കയ്യേറി വന്ന അമേരിക്കൻ കപ്പല്കൾ ഹവായി തന്ത്രത്താവളമാക്കി. അവരുടെ കടലും കരയും കൊള്ളയടിച്ചു. ആ ദ്വീപസമൂഹത്തെ നരകമാക്കി. ക്യാപ്റ്റൻ കുക്ക് ഹവായിയിൽ ആദ്യം കപ്പലിറങ്ങിയതിന്റെ (1778) ന‍ൂറാമാണ്ടായ പ്പോഴേക്ക്, അല്ല, അമേരിക്കൻ അവകാശവാദപ്പടി ക്യാപ്റ്റൻ കുക്ക് ഹവായി 'കണ്ടുപിടിച്ച'തിന്റെ ശതാബ്ദിയിൽ, 1878-ൽ, ഹവായിയിലെ കനകമൗലി ഗോത്രക്കാരുടെ ജനസംഖ്യ എട്ടു ലക്ഷത്തിൽ നിന്നു നാല്പത്തിയെണ്ണായിരത്തോളമായി അമേരിക്ക കൊന്ന് കുറച്ചു. ഹവായിയിലെ പാവം ജനങ്ങൾക്ക് 'സൽഭരണവും' അധികാരവ്യവാ ഹാരങ്ങൾക്ക് വേണ്ട 'മനസ്സംസ്കരണ'വും നൽകി രക്ഷിക്കാനെന്ന ന്യായം പറഞ്ഞ് കേറിക്കൂടിയ അമേരിക്കയുടെ 'സേവന'ത്തിന്റെ ഫലം. 1893-ൽ ഹവായിയിൽ സ്ഥിരതാമസക്കാരായ ഏതാനും അമേരിക്കൻ ബിസിനസുകാരെ ചേർത്തൊരു പാവ സർക്കാരുണ്ടാക്കുകയും രാജ്ഞി യുവോകൊലാനിയെ പുറത്താക്കുകയും ചെയ്തതോടെ നാവികവേഷ ത്തിൽ വന്ന അമേരിക്കൻ കടൽ/കര കൊള്ളക്കാരുടെ ഹവായി വിഴുങ്ങൽ മുഴുവനായി. വല്ലതും ബാക്കിയുണ്ടായിരുന്നെങ്കിൽ അതു ചൈനയും അമേരിക്കയ്ക്കുമിടയിൽ പാഞ്ഞിരുന്ന ഇരുന്ന‍ൂറോളം അമേ രിക്കൻ കപ്പലുകൾ ഹവായിത്തുറമുഖത്ത് നിന്ന് കടത്തുകയും ചെയ്തു.

ചെന്നിടം ചെന്നിടം അമേരിക്ക തരിശും തടവറയും ശ്മശാനവുമാക്കി. സ്പാനിഷ് അധിനിവേശത്തിൽ നിന്നു നിങ്ങളെ ഞങ്ങൾ രക്ഷിക്കാമെ ന്ന സൗജന്യ 'സമാധാനദൗത്യ'ത്തിന്റെ വെള്ളത്തുവാല വീശിയാണ് ഫിലിപ്പൈൻസിലേക്ക പതിനയ്യായിരം അമേരിക്കൻ നാവികസേനര്‍

ചെന്നിറങ്ങിയത്. വേണ്ട; സ്പാനിഷ് അധിനിവേശത്തിനു പകരം അമേരി ക്കൻ അധിനിവേശം ഞങ്ങൾക്കു വേണ്ടേ വേണ്ടെന്ന് ഫിലിപ്പിനോകൾ തടഞ്ഞു. അവരെ കൊന്ന് അമേരിക്ക അവരിലേക്ക് മുന്നേറി. ഫിലി പ്പൈൻസിന്റെ സാമ്പത്തിക, സാംസ്കാരിക, മാനസിക ഘടന തന്നെ ഇനി തിരിച്ചുവരാനാവാത്ത വിധം തനതിൽ നിന്ന അകന്നു. അമേരി ക്കവെൽക്കരണത്തിനെതിരേയുള്ള പ്രക്ഷോഭത്തിനു മുമ്പേക്കാൾ മൂർച്ച കൂട്ടിയിട്ടുണ്ട് പുതിയ ഫിലിപ്പൈൻ വിപ്ലവകാരികൾ. രണ്ടു വർഷം മുമ്പ് ഹോങ്കോങ്ങിൽ നടന്ന ഏഷ്യൻ മനുഷ്യാവകാശ കമ്മീഷന്റെ വാർഷി കയോഗത്തിൽ ഫിലിപ്പൈൻ പ്രതിനിധി പടിഞ്ഞാറൻ കൊളോണി യലിസത്തിന്റെ നിശിത വിമർശകനായ മാർക് ടൈ്വൻ എഴുതിയ ഒരു വാക്യം ഉദ്ധരിച്ചത് ഞാനോർക്കുന്നു: അവർ എരിഞ്ഞടങ്ങിയ ഒരു അഗ്നിപർവതത്തിന്റെ തടത്തിൽ സ്വസ്ഥരായി ജീവിച്ചിരുന്ന അറ്റന്ധറ ഫിലിപ്പിനോകളെ ഒന്നടങ്കം അമേരിക്കൻ സൈന്യം കൊന്നൊടുക്കി യതിനോടായിരുന്ന മാർക് ടൈ്വനിന്റെ രോഷം.'ഒരാളെയും ബാക്കി വെച്ചില്ല. ഒരു കുഞ്ഞിനെപ്പോലും. ഉണർന്നാലത് സ്വന്തം അമ്മയെ കാണാൻ കരഞ്ഞെങ്കിലോ?'

അമേരിക്കൻ മിത്തിന്റെ വാഴ്ചല്ല, അമേരിക്കയുടെ നേർകാണ ലാണ് രത്നാകരന്റെ ഈ യാത്രാകവിതകളുടെ ലക്ഷ്യം. പാ‌ബ്ലോ മാത്രമല്ല ഈ നേർകാണലിൽ രത്നാകരനു കൂണ. ബ്രെഹ്റ്റ്, വിനിൻ പെരേര, നോം ചോംസ്കി, എഡ്വേഡ് സെയ്ദ്, നെരൂദ, നികൊളാസ് ഗിയൻ, അയന്ദേ, കാസ്ത്രോ,... എത്രയോ നീതിമാന്മാർ 'അമേരിക്കാ, നീയെന്നൊരു മാലാഖയാവും?' എന്ന ഗിൻസ്ബെർഗിയൻ ഉൽക്കണ്ഠ തന്നെയാണ് രത്നാകരന്റെ കവിതയിലും കിതയ്ക്കുന്നത്.

കവിതകൾ

രണ്ട് അമേരിക്കൻ യാത്രകൾ

I

കുറ്റിത്തലമുടിക്കാരൻ കവി[1]
വീടിന ചായമടിക്കുന്നവനെക്കൊണ്ട്[2] പൊറ്റതിമുട്ടി
സ്വയം നാട്ടുകടത്തുമ്പോൾ
ട്രങ്കപെട്ടിയിൽ ലെനിന്റെ സമാഹൃതകൃതികളായിരുന്ന.
കമ്പോട്ടകമ്പു വായിച്ച് തലയിൽ കുറിപ്പുകളെടുത്ത്
ന്യൂയോർക്ക് തുറമുഖത്തിലെത്തും മുമ്പ്
കടലിലേക്ക വലിച്ചെറിഞ്ഞ് മനസ്സിൽ പറഞ്ഞു:
"അമേരിക്കയുമായി കുഴപ്പത്തിനില്ല.[3]"

II

ച്മ്മാ ജീവിച്ചിരിക്കുന്നതിൽ പൊറ്റതിമുട്ടി
ന്യൂയോർക്കിലേക്ക വിമാനത്തിൽ വരുമ്പോൾ
കൈസഞ്ചിയിൽ *വാൻഗോഗിന്റെ ചെവിയായിരുന്ന.*
വായിച്ചുതീർത്തു, വലിച്ചെറിഞ്ഞതുമില്ല.[4]
മോമ[5]യിൽ *നക്ഷത്രാങ്കിതമായ രാത്രി*[6] നോക്കിനിന്ന
ഉന്മാദച്ചുഴിയിൽ വട്ടംകറങ്ങി.
ആത്മഹത്യ ചെയ്യാലോ എന്നാലോചിച്ചു.
വേണ്ട, ചിരിയോടെ ഓർമ്മിച്ചു:
"അമേരിക്കയുമായി കുഴപ്പത്തിനില്ല."

2016

9/11 -ഗ്രൗണ്ട് സീറോ

"അമേരിക്കയുടെ ഉദ്ധൃതലിംഗം
പറ്റെ ഛേദിക്കപ്പെട്ടു."
ടെലിവിഷനിൽ നടക്കുന്ന ദൃശ്യങ്ങൾ
നോക്കിയിരിക്കുമ്പോൾ
താങ്കൾ[1] ചിരിച്ചു.
ക്കൂടെ ചിരിച്ചില്ല.
സിഗരറ്റ് കൊളുത്തി ആലോചിച്ചു:
മറ്റേ 9/11- ന്[2]   കിട്ടിയ
മറുപടിയായിരുന്നെങ്കിൽ
സന്തോഷിച്ചേനെ
(മരിച്ച ഹതഭാഗ്യരെക്കുറിച്ചു ദുഃഖിച്ച്)
ഗ്രൗണ്ട് സീറോയിൽ
നിൽക്കുമ്പോൾ
എന്തിനോ ഏതിനോ
താങ്കളെ ഓർമ്മിച്ചു.
താങ്കൾ അവിടെ
എന്തിനോട്ടം ഏതിനോട്ടം
കലഹിക്കുകയാവണം,
സ. മാർക്സിനെപ്പോലെ.

2016

ഹഡ്സൺ നദീതീരത്ത്

ന്യൂയോർക്കിലെ ബത്തേരിയിൽ
വിദൂരതയിലെ സ്റ്റാച്യൂ ഓഫ്[1] ലിബർട്ടി
ഗിന്നസ്[2] മൊത്തി നോക്കിയിരുന്നു.
അങ്ങോട്ടേക്കുള്ള യാത്രാക്കപ്പൽ
നദീതീരത്തു കുകിനിൽക്കുന്നു.
താങ്കൾ[3] പറഞ്ഞു:
''എന്തിനാണ് താങ്കൾ അങ്ങോട്ടുപോകുന്നത്?
രാജീവ് അഞ്ചലിന്റെ[4] ജടായു
അതില്ലം ഭേദമാണ്.''
ഞാൻ 102 വയസ്സായ യുവകവിയെ[5]
മനസ്സിൽ ഉരുവിട്ടു:
'സ്വാതന്ത്ര്യം
ഒരു പ്രതിമ മാത്രമായ അമേരിക്ക'[6]

സ്വാതന്ത്ര്യം ഒരു വാഗ്പ്രതിമമാത്രമായ
എന്റെ മാതൃരാജ്യം.

2016

ദൈവം നമ്മോട്ടുകൂടെ

ന്യൂയോർക്കിലെ അംബരച്ചുംബിനിരയിലെ
അപാർട്ട്മെന്റിലെ 69-ാം നിലയിലെ മുറിയിൽ
കൂട്ടുകാരിയോടൊപ്പം ക്ളർവോയ്സെ[1]
ണഞ്ഞിരിക്കുമ്പോൾ
അവൾ ഉറക്കെച്ചിന്തിച്ചു:
ഇവൻ ചില്ലറക്കാരനല്ല,
സാക്ഷാൽ നെപ്പോളിയൻ
കുടിച്ച കോഞ്ഞ്യാക്കാണ്!
ഞാനും വിട്ടില്ല:
പഴയ നെപ്പോളിയൻ ബ്രാണ്ടിയുടെ
പരസ്യം ഓർമ്മയുണ്ടോ?
The drink that which even
Nepoleon could not drink.

പറഞ്ഞുവന്നത്: ബ്രാണ്ടിയിലും
ഒരിത്തിരി കവിതയുണ്ട്, വേണമെങ്കിൽ.

2017

ന്യൂയോർക്ക് രാത്രിയിലെ ചാരുദൃശ്യം

ന്യൂയോർക്കിന്റെ ഹൃദയത്തിൽ ബ്രോഡ്‌വേയ്ക്കും ഫിഫ്ത് അവന്യൂ
വിനുമിടയിൽ റോക്കഫെല്ലർ സെന്ററിനു കീഴെ മഞ്ഞുപ്രതലത്തിൽ
ആൺകുട്ടികളും പെൺകുട്ടികളും സ്കേറ്റിംഗിൽ.[1]

ഈതാലോ കൽവീനോ

മാർകൊവാൾഡോ

വായിച്ച മത്ത്

ഇപ്പോഴും ഇറങ്ങിയിട്ടില്ല.

അംബരചുംബികളുടെ മഹാനഗരത്തിലും

താങ്കൾ നാടോടിക്കഥകൾ[2] തേടി അലഞ്ഞു.

അപ്പോഴാകണം, മഞ്ഞിൽപുതഞ്ഞ ആ കാഴ്ചകണ്ടത്.

ഞാനും ആ കാഴ്ചകടിച്ച മത്തുപിടിച്ചു.

കൃഷിക്കാരൻ ബ്രൂഗലിന്റെ

മഞ്ഞിലെ വേട്ടക്കാരെ[3] ഓർമ്മിച്ച നാം

(അഹങ്കാരം ക്ഷമിക്കണേ)

നാടോടികൾ

എവിടെപ്പോയാലും നന്നാവില്ല!

2016

ന്യൂയോർക്കിലെ ആദ്യദിനങ്ങൾ

രാവിലെ 11 മണിമുതൽ രാത്രി രണ്ടുമണിവരെ മരണക്കുടി തുടങ്ങി
യാൽ പിന്നെ രക്ഷയില്ല. ന്യൂയോർക്കിലെ ആദ്യദിനങ്ങൾ. കൃത്യമായ
ഊർജ്ജസംരക്ഷണം പാലിച്ചേതീര്യൂ.[1]

ഈതാലോ കൽവീനോ

അച്ഛനെപ്പോലും അനുസരിച്ചിരുന്നില്ല.
താങ്കളെ അനുസരിക്കുന്നു.
ഊർജ്ജസംരക്ഷണം
പാലിച്ചേ തീരൂ!
മറവിയിൽ മുങ്ങിത്താഴുമ്പോൾ
ഓർമ്മകൾ കുമിളകളായിപ്പൊങ്ങുന്നു:
അച്ഛനായി,
എഴുത്തായി.
ഇഷ്ടകവിയെ മൂളുന്നു:
'എഴുത്തച്ഛനായി മാറുന്നു
പിന്നെ, യച്ഛനെഴുത്തായും.'

2016

വൺ: നമ്പർ 31

മനസ്സിന്റെ ചുമരോ
നഗരച്ചുമരോ?
മനസ്സിന്റെ ചുമരാകാനാണ ന്യായം
അതിനെ നിലത്തും കിടത്താം.
വൺ: നമ്പർ 31[1] നോക്കിനിൽക്കുമ്പോൾ ചിരിവന്നു.
ചിത്രം പൂർത്തിയായയതാണോ?
ഒരു ചിത്രം പൂർത്തിയായെന്ന്
എങ്ങനെ അറിയുമെന്നു ചോദിച്ച
കലാനിരൂപകയോട്ട താങ്കൾ തിരിച്ചചോദിച്ചു:
"ഒരു ലൈംഗികകർമ്മം പൂർത്തിയായെന്ന്
താങ്കൾ എങ്ങനെയാണ് അറിയുന്നത്?''
ശുഭം!

ഒന്നും ശുഭമല്ലെന്ന്,
എവിടെയും തുടങ്ങാമെന്ന്,
എങ്ങോട്ടും പടരാമെന്ന്,
കൂടിക്കുഴയാമെന്ന്,
കുത്തിമറിയാമെന്ന്,
നിലത്തുവിരിച്ച് താങ്കൾ
താണ്ഡവമാടിയ ചളിഞ്ഞ
കാൻവാസുകൾ പറഞ്ഞു.
ജീവിതം അങ്ങനെയൊക്കെയായിരിക്കെ
കല മുഖം മിനുക്കേണ്ടതില്ല.

2016

ജാക്ക്സൺ പോളക്, *വൺ : നമ്പർ 31* (1950)

വില്പന

മോമയിലെ
മൂന്നും നാലും നിലകൾ
അപ്പാടെ വിറ്റഴിച്ചാൽ
ഒരു രാജ്യം
വിലയ്ക്കു വാങ്ങാനുള്ള
പണം കിട്ടും.
അപ്പോൾ അമേരിക്കേ,
സ്പെയിനിനും ഫ്രാൻസിനും ഇറ്റലിക്കും
എത്രവെച്ചു കൊടുക്കും?
പോർക്കലി ഭഗവതീ,
(ഭഗവാനേ?)
ആയുധമായിട്ടു കൊടുക്കരുതേ.
കല മുറി അലങ്കരിക്കാനുള്ളതല്ല
അതൊരായുധമാണ്,
പ്രതിരോധത്തിനും
ആക്രമണത്തിനുമെന്നു
കേമത്തത്തോടെ
നീ പ്രദർശിപ്പിച്ചിരിക്കുന്ന
പിക്കാസ്സോ.

2016

ഫില്ലിയിൽ, കുളിക്കാരികൾക്കു മുന്നിൽ

I

അങ്ങനെ, അവസാനം, മോഹിച്ച
കുളിക്കാരികൾ[1]ക്കു മുന്നിൽ നിന്നു.
ജീവിതത്തിലാദ്യമായി സെൽഫി എടുത്തു.
താങ്ങാനാവാതെ, പുറത്തിറങ്ങി വീണ്ടും വന്നു:
"കാഴ്ചകളുടെ അച്ഛാ, ഇതാ
നിന്റെ മാനസപുത്രൻ വന്നിരിക്കുന്നു."

II

"ഒരൊറ്റ ആപ്പിൾകൊണ്ട്
ഞാൻ പാരീസിനെ വിസ്മയിപ്പിക്കും[2]."
പറഞ്ഞതുമാതിരി സംഭവിച്ചു.
പതിമൂന്നു കുളിക്കാരികളെക്കൊണ്ട്
നീ പ്രപഞ്ചത്തെ മാറ്റിയെഴുതി[3]
പുറത്തിറങ്ങി, ഒരു തീക്കവിൾ വിഴുങ്ങി

വീണ്ടും വന്ന് രണ്ടുകണ്ണംകൊണ്ട്[4] നോക്കി
നാട്ടിൽ, വീട്ടിനു മുന്നിലെ തോട്ടിൽ
നീരാടിയ നാട്ടുസുന്ദരിമാരെപ്പോലും
ഇത്രയും നേരം നോക്കിയിരുന്നില്ല.

III

കളിക്കാരികളെ പല ദിശയിൽ നിന്നും
നോക്കിയിരിക്കുമ്പോൾ ഒരു സംഭാഷണം ഓർമ്മിച്ചു:
എമീൽ: ''ഞാൻ പസ്കലിനെ ഉദ്ധരിക്കട്ടെ:
ദൈവം അത്രയും മനോഹരമായി
സൃഷ്ടിച്ചതിനെ പുനഃസൃഷ്ടിക്കേണ്ടതുണ്ടോ?''
സെസാൻ: ''അദ്ദേഹത്തെക്കാൾ നന്നായി
സൃഷ്ടിക്കാൻ കഴിയുമോ എന്നു നോക്കേണ്ടേ?[5]''

2017

സ്മൈലി കോസ്റ്ററുകൾ

ഇനിമുതൽ കലാപരമായി
ചായകുടിച്ചേക്കാമെന്ന കരുതി
മോമയിൽനിന്നു കോസ്റ്ററുകൾ[1] വാങ്ങി.
ആറെണ്ണത്തിന്റെ
ഒരു സെറ്റ്
(ഒരു ദിവസം
കലയ്ക്കും അവധി വേണ്ടേ?)
വില വലുതായി മുഷിയില്ല,
20 ഡോളർ.
(ഇന്ത്യൻ രൂപയിൽ കണക്കുകൂട്ടുന്നതു
നിർത്തിയിരുന്നു.)
മൊനെ
പിക്കാസ്സോ
ദാലി
റോത്കൊ
പോളക്
വാർഹോൾ
മുഖങ്ങൾ

പുലിവാല്യപിടിക്കുമെന്നു
വിചാരിച്ചതല്ല.
വൃത്താന്തപത്രം വായിച്ചു
ചായകുടിച്ചിരിക്കുമ്പോൾ
ചായക്കോപ്പയ്ക്കു കീഴെ
കൊട്ടങ്കാറ്റ്.

2017

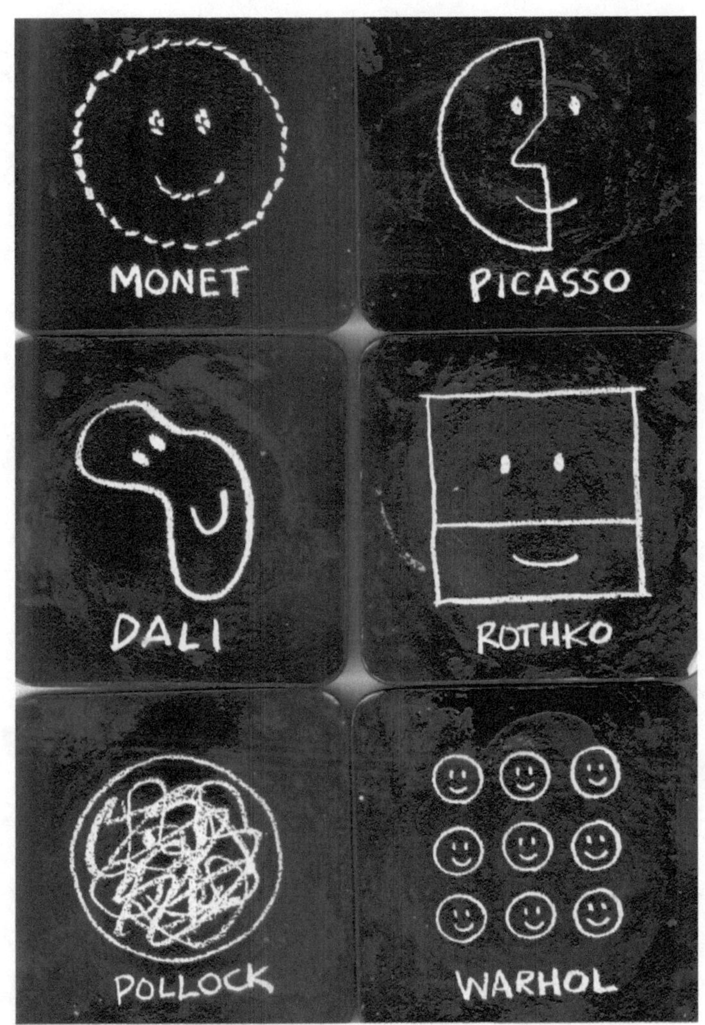
MONET
PICASSO
DALI
ROTHKO
POLLOCK
WARHOL

ബാങ്ക്സിയുടെ നെയ്പാം പെൺകുട്ടി

"അമേരിക്കയും അവരുടെ
വാലാട്ടിപ്പട്ടികളും പിന്തിരിഞ്ഞോട്ടും,"
പടവാളേന്തിയ ജ്ഞാനി[1]
താടിയുഴിഞ്ഞപ്പോൾ
മുഷ്ടി ചുരുട്ടിയിരുന്നു.
നിക് ഉട്ടിന്റെ[2]
നെയ്പാം പെൺകുട്ടി
നിലവിളിച്ചോടിയപ്പോഴും
അമേരിക്ക പിന്തിരിഞ്ഞോടി.
മുഷ്ടി ചുരുട്ടാൻ വരട്ടെ,
ഞാനെന്നെ നിയന്ത്രിച്ചു.
ഇതാ, മിക്കി മൗസും
മക്ഡോണൾഡ്സും
കിം ഫുക്കിന്റെ[3] കൈപിടിച്ച്
മുന്നോട്ടോടി വരുന്നു.
കിം ഫുക്ക്
നിലവിളിച്ചതന്നെ.
കൈപിടിച്ചവരോ
ചിരിച്ചമറിഞ്ഞും.

2017

ബാങ്ക്സി, *നെയ്പ്പാം* (2004)

നഗ്നത

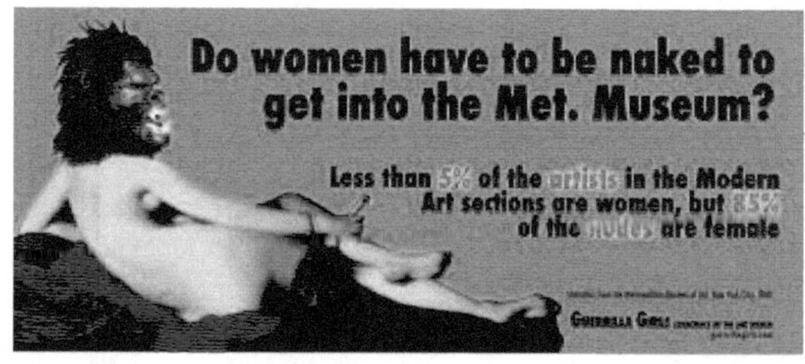

മെറ്റിൽ നിന്നിറങ്ങി

പടവിൽ ചായമൊത്തിയിരിക്കുമ്പോൾ

പൊങ്ങിയ ചിരി ടിഷ്യു പേപ്പർ കൊണ്ടുമൂടി.

ഗറില്ലാ പെൺകുട്ടികൾ[2] ചോദിച്ചു:

"മെറ്റ് മ്യൂസിയത്തിൽ ഇടംകിട്ടണമെങ്കിൽ

പെണ്ണങ്ങൾ തുണിയുരിയണോ?"

ഉത്തരവും അവർ തന്നെ പറഞ്ഞു:

"ആധുനികകലാവിഭാഗത്തിൽ

സ്ത്രീകലാകാരികൾ അഞ്ചുശതമാനത്തിൽതാഴെ

പക്ഷേ 85% നഗ്നശരീരങ്ങളം പെണ്ണങ്ങളുടെ."

ഗറില്ലാ പെൺകുട്ടികളേ,

നിങ്ങൾ കലാലോകത്തെ കീഴ്മേൽ മറിച്ചു.

നേരുതന്നെ.

എങ്കിലും, ന്യൂയോർക്ക് ഗിരിയുടെ സഖികളേ,

ഗറില്ലാമുഖികളേ,

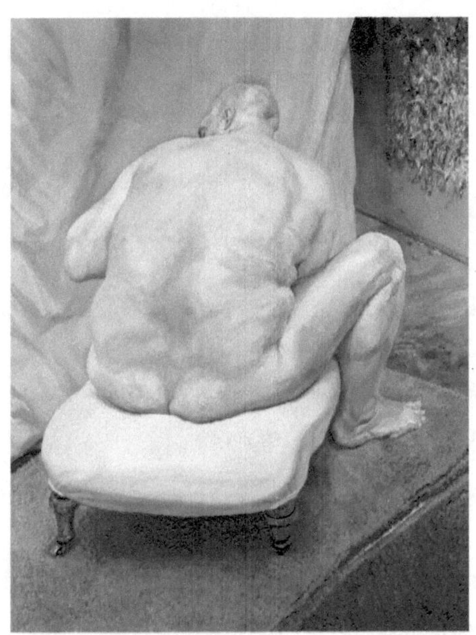

ല്യൂസിയൻ ഫ്രോയ്ഡ്, *നേക്കഡ് മാൻ ബാക്ക് വ്യൂ* (1992)

കലാകാരന്മാരല്ലേ, സൗന്ദര്യമല്ലേ,
വടിവല്ലേ, ഒഴുക്കല്ലേ, നിമ്നോന്നതമല്ലേ,
പ്രേമമല്ലേ, സ്നേഹമല്ലേ, കാമമല്ലേ?
നല്ലതല്ലേ, എല്ലാം പറഞ്ഞുകഴിഞ്ഞാലും
സിശുണ്ട് ഫ്രോയ്ഡ് പറഞ്ഞതുപോലെ,
മനുഷ്യവംശം അവസാനിക്കരുതല്ലോ.
ല്യൂസിയൻ ഫ്രോയ്ഡിന്റെ
നഗ്നപുരുഷന്റെ പിൻഭാഗദൃശ്യം[3]
കണ്ടുവന്നതേയുള്ളൂ
ഗറില്ലാ പെൺകുട്ടികളേ,
നഗ്നതയെക്കുറിച്ച്
നിങ്ങൾക്കെന്തെ തോന്നുന്നു?

2017

കുടിയേറ്റക്കാർ

കുടിയേറ്റക്കാർ[1]ക്ക മുന്നിൽ നിൽക്കുമ്പോൾ

ചിരിയും കരച്ചില്യം ഒരുമിച്ചുവന്നു.

ആഫ്രിക്കയിൽ നിന്നു വരിഞ്ഞുകെട്ടിക്കൊണ്ടുവന്നവരോ?

അവരും കുടിയേറ്റക്കാരോ?

(സ്വതന്ത്രനായ ഒരു ആഫ്രിക്കൻ അടിമയുണ്ട്, കൂട്ടത്തിൽ.

ചങ്ങലയ്ക്കിട്ടവരോ? അവരെവിടെ?)

മി.ട്രംപ്, അതും അനധികൃതകുടിയേറ്റമോ?

കപ്പൽയാത്രയിൽ, ചങ്ങലയ്ക്കിട്ടവരിൽ പാതിയിൽ പാതി

അമേരിക്കൻ വൻകര കാണാതെ മരിച്ചു.

അവരെ അടക്കാൻ എളുപ്പമായിരുന്നു:

ആത്മരോഷത്തിന്റെ സമുദ്രാഗ്നിയിൽ

അവർ മരിക്കുംമുമ്പേ ദഹിച്ചിരുന്നു.

വൻകര കണ്ടവരോ നരകം കണ്ടുജീവിച്ചു.

മരണം, മരണം മാത്രം അവർക്കു മുക്തിനൽകി.

അവരുടെ മക്കൾ

മക്കളുടെ മക്കൾ

മക്കളുടെ മക്കളുടെ മക്കൾ

മക്കളുടെ മക്കളുടെ മക്കളുടെ മക്കൾ

റെയിൽവെയും വാൾസ്ട്രീറ്റും വൈറ്റ്ഹൗസും

പള്ളികളും ബാങ്കുകളും സർവകലാശാലകളും പണിതു.

അവർ എവിടെ, നാല്പ നൂറ്റാണ്ടിനെ വരിഞ്ഞുചുറ്റിയ

ല്യൂയിസ് സാൻഗ്വീനോ, *കുടിയേറ്റക്കാർ* (1973)

അവരുടെ നിലവിളിയെവിടെ,

എവിടെ, അശരണരുടെ ഈ ശില്പങ്ങളിൽ?

പേരുകേട്ട കുടിയേറ്റക്കാരെച്ചൊല്ലി

നീ മേനിനടിച്ചു, വീമ്പിളക്കി.

'ഇനിയും കുക്കിലേറ്റിയിട്ടില്ലാത്ത'[2] ഐൻസ്റ്റൈൻ

പ്രവാചകൻ ജിബ്രാൻ [3]

നീ ബോംബുവർഷിച്ചപ്പോൾ കാസ്ട്രോ സമ്മാനിച്ച

തോക്ക് തനിക്കുനേരെ തിരിച്ച അയെന്ദെ [4] യുടെ

ഉറ്റവൾ: ഇസബെൽ അയെന്ദെ [5]

നിന്റെ നെയ്പാം ബോംബിനെ

ഒറ്റ ക്ലിക്ക് കൊണ്ടു നിർവീര്യമാക്കിയ നിക് ഉട്ട്[6]

ഡി കോണിങ്ങ്, [7] മകേബ,[8] അച്ചേബെ [9]

'ഭ്രഷ്ടൻ' എഡ്വേഡ് സെയ്ദ്[10]

ചിന്തയുടെ അഗ്നിബാധയിൽ

ശരിക്കും - ശരിക്കും - ജീവിച്ചിരിക്കുന്നതായി എനിക്കുതോന്നി.

മേപ്പിൾ ഇലകൾ മയങ്ങിക്കിടന്ന
സിമന്റ് ബെഞ്ചിലിരുന്ന്
ഐ - പാഡ് തുറന്ന് ദർവീഷ്[11]
സെയ്ദിനെഴുതിയ വിലാപകാവ്യം[12] വായിച്ചു:
(മനുഷ്യന്റെ അസ്തിത്വത്തിന്
മൂർത്തമായ ഒരു തെളിവേ ഉള്ളൂ: കവിത)[13]

സെയ്ദ് പറയുന്നു:
''ഞാൻ അവിടെനിന്നാണ്, ഞാൻ ഇവിടെനിന്നാണ്.
പക്ഷേ, ഞാൻ അവിടെനിന്നോ ഇവിടെനിന്നോ അല്ല.
എനിക്കു രണ്ടുപേരുകളുണ്ട്: കൂടിച്ചേരുന്നത്, കൂടിച്ചേരാത്തത്.
എനിക്കു രണ്ടുഭാഷകളുണ്ട്.
പക്ഷേ, എന്റെ സ്വപ്നത്തിന്റെ ഭാഷയെന്താണെന്നു
പണ്ടേ ഞാൻ മറന്നുപോയി.''

വാൻഗോഗിന്റെ കാമുകിമാർ

(ജപ്പാനിലെ പേരുകേട്ട ഗ്രാഫിക് ഡിസൈനറായ ഷുസാകു തകാവോകയുടെ വാൻഗോഗ് ഇമേജ്ജകളിൽ പ്രചോദിതനായി.)

യാതനയിൽ നിനക്ക വാൻഗോഗ്
രണ്ടായിരം കൊല്ലത്തെ ചരിത്രമുണ്ട്.
അത്രയും തന്നെ, സ്നേഹത്തിലും കരുണയിലും
സൈ്ഥര്യത്തിലും ത്യാഗത്തിലും.
"സ്ത്രീയേ, എനിക്കും നിനക്കും എന്ത്?"
യേശു അമ്മയോടാണിങ്ങനെ ചോദിച്ചത്.
നീയോ, അപ്പപ്പോൾ പ്രേമം തോന്നിയവരോട്ടും.
"എന്റെ സമയം ഇനിയും ആയിട്ടില്ല."
നിന്റെ സമയം ആയപ്പോഴേക്കും
നീ ബ്രാൻഡായി
ആണവമാലിന്യത്തിനപോല്യം

നിന്റെ പേരിടാമെന്നായി.
അതിലിപ്പോൾ എന്തുചെയ്യാൻ,
പ്രത്യയശാസ്ത്രപഠനമെഴുതാമെന്നല്ലാതെ?
അതിനിടെ നല്ലൊരു കാര്യം നടന്നു.
ഡാവിഞ്ചിയും ഫെർമീറും
നിനക്ക പത്തരമാറ്റ് കാമുകിമാരെത്തന്നു.
ഭൂമിയിലെ ഏറ്റവും വിലപിടിപ്പുള്ള സുന്ദരിമാരെ.
ജോർജ് ബെസ്റ്റി*നുപോലും കിട്ടാത്തവരെ.
ലിസയുടെ തോളിൽക്കൈയിട്ടും
ഫെർമീർ പെൺകുട്ടിയുടെ കൈപിടിച്ചും
നീ, ആത്മചിത്രങ്ങളിലെ അതേ നോട്ടമയച്ചു.
നിന്നെക്കുറിച്ചാലോചിച്ച്
ഇതാദ്യമായി ചിരിക്കുന്നു.
യേശു ചിരിച്ചതായി
ബൈബിളിൽ ഇല്ല.
നീ ചിരിച്ചതായി
ചിത്രങ്ങളിലും.

ഉള്ളതുപറഞ്ഞാൽ,
(കവിതയായില്ലെങ്കിലും
സാരമില്ല)
കരഞ്ഞുകൊണ്ട്
ചിരിക്കുന്നു.

2020

വിറ്റ്മാൻ-നെരൂദ നദീതീരത്ത്

ന്യൂയോർക്കിൽ മാൻഹാട്ടണിൽ

ഹഡ്സൺ നദീതീരത്തെ

കൈവരിയിൽ ചാരി

ദൂരെ സ്വാതന്ത്ര്യപ്രതിമ നോക്കിയും

തിരിഞ്ഞ് ക്യാമറയ്ക്ക് മുഖം കൊടുത്തും

ഞാനും നിന്നിട്ടുണ്ട് മഹാകവേ,

നിന്റെ പ്രിയൻ, എന്റെ പ്രിയൻ

കവികുലത്തിനാകെ പ്രിയൻ

ഫെദറീകോയും[1]

("ഓർക്കുന്നില്ലേ ഫെദറീകോ?")

ഈ നദീതീരത്ത് അലഞ്ഞിരുന്നു.

കവി ന്യൂയോർക്കിൽ,

(അതോ, കവിയിൽ ന്യൂയോർക്കോ?)
'ഇടതൂർന്ന താടിയിൽ ചിത്രശലഭങ്ങളുള്ള
മഞ്ഞുപോല്യുള്ള സുന്ദര വൃദ്ധൻ'[2]
വാൾട്ട് വിറ്റ്മാനെ വാഴ്ത്തിയിരുന്ന
നിന്റെ ശത്രുമിത്രം
(കവിതയിൽ വിശേഷിച്ചും)
നികനോർ പാർറ കളിയാക്കിയതു
ഞങ്ങൾക്കു ഹൃദിസ്ഥം:
'സ്വാതന്ത്ര്യം
ഒരു പ്രതിമയായിരിക്കുന്ന രാജ്യം.'[3]
വിറ്റ്മാനെ വരിവരിയായി വിളിച്ചുണർത്തി
ആയുധമണിഞ്ഞ നിന്റെ കവിത
പോർക്കലി പൂണ്ട ചോരക്കൊതിയൻ
നിക്സണെ വേരോടെ പിഴുതെറിയാൻ
കാഹളം മുഴക്കി.[4]
ആദ്യത്തെ 9/11-ൽ
കവിത ജയിച്ചില്ല. പകരം
യന്ത്രത്തോക്കുകൾ ജയിച്ചു.
ഫിദെൽ സമ്മാനിച്ച AK-47
അയെന്ദെ തനിക്കു നേരെ തിരിച്ചു.
രണ്ടാമത്തെ 9/11-ൽ[5]
നിക്സൺ രണ്ടാമനായ ജോർജ് ബുഷ്
വാല്യം ചുരുട്ടി പരക്കംപാഞ്ഞു.

ചിലെയുടെ ഭൂപടം പോലെ നീണ്ട
ഒരു മേഘനാട
സൂര്യനെ ഉടുപ്പിച്ചു
അഴിച്ചുരസിച്ചു.

ആ നിമിഷത്തിൽ നാം കണ്ടുമുട്ടി.
കവിതയെ ആയുധമണിയിക്കു,
നെത്രദ തോളിൽ കയ്യിട്ടു.
കാല്യറക്കീശയ്ക്കുള്ളിൽ
ഞാൻ മുഷ്ടി ചുരുട്ടി.
'വി ഷാൽ ഓവർകം...'
ല്യയി ആംസ്ട്രോങ്ങിന്റെ[6]
ലോഹനാദം
മനസ്സിൽ മുഴങ്ങി.

2023

യാത്രകൾ

ന്യൂയോർക്ക് കൊട്ടംകാട്ടിൽ

ഓർമ്മിക്കുന്നു, കോവിഡ് കാലത്ത്, എങ്ങോട്ടും പോകാനാവാതെ വിദേശ ടെലിവിഷൻ ചാനലുകൾ കണ്ട സമയം കൊല്ലുകയായിരുന്നു. കാഴ്ചകളിൽ ന്യൂയോർക്ക് കണ്ണുന്നിൽ വന്നുനിറഞ്ഞു. പേടിതോന്നുന്ന അനുഭവമായിരുന്നു. ഒരു ന്യൂക്ലിയർ യുദ്ധത്തിന്റെ പരിസമാപ്തിയിലെ ന്നപോലെ, ജീവജാലങ്ങൾ മരുന്നിനുപോലുമില്ല. സയൻസ് ഫിക് ഷൻ സിനിമകളിൽ ഇത്തരം രംഗങ്ങൾ കണ്ടിട്ടുണ്ടെങ്കിലും അവ ഭാവനയ്ക്ക വിട്ടി രുന്നു. ഭൂമിയിലെ പ്രധാനപ്പെട്ട ജീവജാലമായ മനുഷ്യരില്ല, അംബ രച്ചുംബികൾ, അംബ രച്ചുംബികൾ മാത്രം! അവയ്ക്ക നടുവിലെ വിശാലവീഥികളിൽ തനിച്ചാവുന്നതിനെ ക്കുറിച്ച് ആലോചി ച്ചപ്പോൾ ത്തന്നെ നടുങ്ങി. നാലഞ്ച വർഷങ്ങൾ മുമ്പ് രണ്ടുവട്ടം ന്യൂയോ ക്കിൽ അലഞ്ഞുതി രിഞ്ഞിരുന്നു.

ന്യൂയോർക്കിലെ ടൈംസ് സ്ക്വയർ

മനുഷ്യരും യന്ത്രങ്ങളും ചേർന്നൊരുക്കുന്ന ഝങ്കാരം ഒരാധുനിക സിംഫണിപോലെ ചെവിയിലലച്ചുകൊണ്ടിക്കുന്നു; ജോൺ കേജിന്റെ സംഗീതം കേട്ടിട്ടുണ്ടോ, അതുപോലെ! ടൈംസ് സ്ക്വയർ ക്ഷണപ്രഭാ ചഞ്ചലമായിരുന്നു. ഇമചിമ്മുന്നതിനെക്കാൾ വേഗത്തിൽ പരസ്യപ്പല കകൾ മാറിക്കൊണ്ടിരിക്കുന്നു. ആൺപെൺ മോഡലുകളും പുതുപുത്തൻ കാറുകളും റഗ്ബി-ബാസ്ക്കറ്റ് ബോൾ കളികളും എല്ലാം പളപളപ്പോടെ വലിയ സ്ക്രീനിൽ മിന്നിമറയുന്നു. കോവിഡ് കാലത്തെ ടൈംസ് സ്ക്വ യറിൽ ടെലിവിഷനിൽ ഒഴിഞ്ഞ പടവുകളും ആളില്ലാക്കസേരകളും മാത്രം. അവയ്ക്കു ജീവൻ നൽകിയ മനുഷ്യർ എവിടെപ്പോയി? നാമെല്ലാ വരെയുംപോലെത്തന്നെ, ദിനോസറിനെക്കാൾ ഭീകരനായ, എന്നാൽ നഗ്നനേത്രങ്ങൾ കൊണ്ടു കാണാൻ കഴിയാത്ത, വൈറസിനെപ്പേടി ച്ച് മാളത്തിലൊളിച്ചു. അന്നു മനുഷ്യരുടെ ഇടയിലൂടെ തോളുരുമ്മി, അംബരച്ചുംബികളുടെ ആ നഗരത്തിലൂടെ അലഞ്ഞുതിരിഞ്ഞ ഒരു മനുഷ്യജീവിയായിരുന്ന ഞാൻ. ആ നഗരമാണ് ടെലിവിഷൻ-നവമാ ധ്യമ ദൃശ്യങ്ങളിൽ ആളൊഴിഞ്ഞ, ആരവമൊഴിഞ്ഞ, മരണനഗരമായി

കണ്ടത്. കണ്ണുകളെ വിശ്വസിക്കാനായില്ല.

പാ രീ സി ലും റോ മാ ന ഗ ര ത്തി ലും അ ല ഞ്ഞു തി രി യു ന്ന തു പോ ലെ യ ല്ല, ന്യൂ യോ ർ ക്കി ൽ; ചരി ത്രമോ സംസ്കാരമോ കാലിൽ കുരുങ്ങുകയി ല്ല. വർത്തമാനകാല ത്തിൽ നിർബാധം ന ട ന്നു നീ ങ്ങാം. മ യ ന്റെ കൊ ട്ടാ ര ത്തിൽ ദുര്യോധനന ണ്ടാ യ തു പോ ലു ള്ള സ്ഥലജലവിഭ്രമം.

ടൈം സ് സ്ക്വയ റിൽ ഉണ്ടായേക്കാം, അതേതായാലും ചരി ത്രമല്ലല്ലോ! ടൈംസ്

ഗ്രന്ഥകാരൻ ടൈംസ് സ്ക്വയറിൽ

റോബർട്ട് ഇൻഡ്യാന, *ലവ്*

സ്ക്വയറിൽ ഉത്സവമാണ്.

മലയാളമട്ടിൽ പറഞ്ഞാൽ ഒരു അമേരിക്കൻ പൂരം. ദൃശ്യസമൃദ്ധം. പരസ്യബോർഡുകളിലെ കൂടമാറ്റങ്ങൾ. യൗവനത്തിന്റെ ആഘോഷ ത്തിമർപ്പ്. അർധനഗ്നകളായ യുവതികൾ ഒരു സംഘമായി വരുന്നു. എന്താണവരുടെ പ്രശ്നം? ലെസ്ബിയൻസാണ്. 'ഡൗൺ വിത്ത് ട്രംപ്' എന്നെഴുതിയ പ്ലക്കാർഡ് ചിലരുടെ മാറിടത്തിൽ ഒളുക്കിയിട്ടി രിക്കുന്നു. അധികം ശ്രദ്ധിക്കാനായില്ല. അപ്പോഴേക്കും കാഴ്ചകൾ മാറി; പരസ്യബോർഡുകളിലെന്നപോലെത്തന്നെ.

ന്യൂയോർക്കിന്റെ ഹൃദയത്തിൽനിന്നു നീളുന്ന പല വഴികളിൽ ഒരു വഴിയിലൂടെ നടന്നു. വഴി തെറ്റിയാൽ ധൈര്യം പകരാൻ ന്യൂയോർക്ക് തെരുവുകളുടെ മാപ്പുണ്ട് കൈയിൽ. അല്ലെങ്കിൽ മ്യൂസിയം ഓഫ് മോഡേൺ ആർട്ടിലേക്കുള്ള വഴി തിരക്കാം. അവിടെനിന്നു തിരിച്ചു മുറിയിലെത്താനുള്ള വഴി ഹൃദിസ്ഥമാണ്. നടന്നുനടന്ന്, മാൻഹട്ടനിലെ 'ലവ്' ശില്പത്തിനുമുന്നിൽ എത്തിപ്പെട്ടു. കലാമാസികകളിൽ പലപ്പോഴും കണ്ടിട്ടുള്ള 'പോപ് ആർട്ട്.' LOVE എന്ന അക്ഷരമാണ് ഈ ശില്പം. അതിന്റെ ചുവട്ടിൽ ഇരുന്നു.

അമേരിക്കയിലേക്കു വരുമ്പോൾ ആകാശമാർഗത്തിൽ കോഞ്ഞ്യാ ക്കിന്റെ ലഹരിക്കൊപ്പം, കൈയിൽക്കരുതിയ ഒരു പുസ്തകം വായി ക്കാനെടുത്തിരുന്നു. ഫ്രെഞ്ച് പോസ്റ്റ് മോഡേൺ ചിന്തകൻ ഷോൺ ബോദ്രിയാറിന്റെ *അമേരിക്ക.* അമേരിക്കൻ സംസ്കാരത്തെ ദർശന ക്കണ്ണിൽ പിടിച്ചെടുക്കുന്ന പുസ്തകമാണ്. അകത്തേക്കു കടക്കാൻ നന്നേ പണിപ്പെട്ടും. 'ഇരുമ്പുവേലിക്കുള്ളിലെ കരിമ്പിൻതോട്ടം' എന്നെല്ലാം

ആലങ്കാരികമായി പറയാറില്ലേ, അതുപോലെ. ഇരുമ്പുവേലി കടന്ന പ്പോൾ കരിമ്പിൻതോട്ടത്തിൽ എത്തിപ്പെട്ടു: ഉദാഹരണത്തിന്, ഇതാ ചില നിരീക്ഷണങ്ങൾ: ''ആളുകൾ എന്തിനാണ് ന്യൂയോർക്കിൽ ജീവി ക്കുന്നത്? ആളുകൾ തമ്മിൽ യാതൊരു ബന്ധവുമില്ല, ആൾക്കൂട്ടത്തിൽ ഒരുമിച്ചാവുക എന്ന ആന്തരിക വൈദ്യതിമാത്രമാണ് അവരെ അട്ടപ്പി ക്കുന്നത്. ഒരുമിച്ചാവുന്നതിന്റെ മാന്ത്രികാനുഭൂതി, കൃത്രിമമായ ഒരു കേന്ദ്ര ത്തോടുള്ള ആകർഷണം. സ്വയം ആകർഷിക്കുന്ന പ്രപഞ്ചമായതിനാൽ വിട്ടുപോകാനും ഒരുക്കമല്ല. മനുഷ്യസഹജമായ മറ്റൊരു കാരണവുമില്ല, ആൾക്കൂട്ടത്തിലായിരിക്കുക എന്നതൊഴികെ. ചരിത്രത്തിൽ നിന്നു രക്ഷപ്പെടുക എന്നതാണ് അമേരിക്കയുടെ സൃഷ്ടിക്കുപിന്നിൽ എന്ന് ഒക്ടാവിയോ പാസ് പറഞ്ഞത് എത്ര ശരിയാണ്. ചരിത്രബാഹ്യമായ ഒരു സാങ്കല്പികലോകം. ലോകത്തിൽ അവശേഷിക്കുന്ന ഒരേയൊരു ആദിമസമൂഹമാണ് അമേരിക്ക.''

ചുറ്റിനടത്തം പോലെത്തന്നെ ഈ യാത്രയെഴുത്തും ചുറ്റിത്തിരിഞ്ഞു പോയി. ബോദ്രിയാറെ ഓർമ്മിക്കാൻ കാരണമെന്തെന്നോ? റോബർട്ട് ഇൻഡ്യാന എന്ന പോപ് ആർട്ട് കലാകാരൻ രൂപകല്പന ചെയ്ത 'ലവ്' ശില്പം തന്നെ. അമേരിക്കയിൽ, പ്രേമം സമം ഡോളർ എന്നാ ണല്ലോ 'റീഡേഴ്സ് ഡൈജസ്റ്റ്' മട്ടിലുള്ള ഫലിതങ്ങൾ നമ്മളിൽ കുത്തിവെച്ച ആശയം. 'ലവ്' ശരിക്കും ഉപയോഗപ്രദം - നടന്നുതളർ ന്നവർക്ക് അതിന്റെ പീഠത്തിൽ ഇരിക്കാം, പാനീയങ്ങൾ കുടിക്കാം, കാഴ്ചകൾ കാണാം, വായ്നോക്കാം, പടം പിടിക്കാം. ഈ ശില്പത്തിന

ഗില്ലി & മാർക്ക്, *പപ്പരാത്സി ഡോഗ്* മാനം *പപ്പരാത്സി റാബിറ്റ്* ഗേളം

ച്ചവട്ടിൽ ഇരിക്കുമ്പോൾ 'ലവി' നെക്കുറിച്ചുള്ള നമ്മുടെ ദാർശനികന്റെ ആശയങ്ങൾ ആലോചിച്ച.ന്യൂയോർക്കിനെക്കുറിച്ച പറയുമ്പോൾ ബോദ്രിയാർ എഴുതുന്നതിങ്ങനെ: ''പങ്കാളിയുമൊത്തു ജീവിക്കാനും ജീവിതം പങ്കുക്കാനും ഈ നഗരത്തിൽ തീർത്തും അമാനുഷികമായ ഊറ്റം തന്നെ വേണ്ടിവരും. ഗോത്രവിഭാഗങ്ങൾ, ഗാംഗുകൾ, മാഫിയ കുടുംബങ്ങൾ, രഹസ്യസമൂഹങ്ങൾ, വൈകൃതസമൂഹങ്ങൾ ഇവർക്കെ ല്ലാം അതിജീവിക്കാം, പക്ഷേ ദമ്പതികൾക്ക് അതിനു കഴിയില്ല. ഇത് ആന്റി- ആർക്കാണ് (അതായത്, പെട്ടക-വിരുദ്ധം). നോഹയുടെ ആദ്യ പെട്ടകത്തിൽ മഹാപ്രളയത്തിൽനിന്നു സ്വന്തം വംശത്തെ സംരക്ഷി ക്കാൻ ആണും പെണ്ണുമായി ഓരോ ജീവികൾ ഉണ്ടായിരുന്നു. ഈ പുതിയ പെട്ടകത്തിലാകട്ടെ, ഓരോയാളും ഒറ്റക്കാണ്. സായാഹനങ്ങളിൽ അവനോ അവളോ ഭൂമുഖത്ത് അവസാനമായി അതിജീവിച്ചയാളായി ഒട്ടുങ്ങണോ എന്നു സ്വയം തീരുമാനിക്കേണ്ടിവരും.''

ചില ദാർശനിക പ്രശ്നങ്ങളിൽ ഈ യാത്രികനും കുരുങ്ങി. ഇന്ത്യയിൽ സ്നേഹത്തെക്കാൾ പഴക്കമുള്ള പ്രസ്ഥാനമാണ് യുദ്ധം എന്ന് നമ്മുടെ രണ്ട് ഇതിഹാസങ്ങളെ മുൻനിർത്തിയുള്ള പ്രഭാഷണത്തിൽ എന്റെ ഗുരുനാഥൻ എം.എൻ.വിജയൻമാഷ് പറഞ്ഞതോർത്തു. സ്നേഹസ കല്പത്തിന് കേരളത്തിൽ കുമാരനാശനോളം കാലപ്പഴക്കമേ ഉള്ളൂ? സ്നേഹം എന്താണെന്നു തിരിച്ചും മറിച്ചും ചേറിയും ചികഞ്ഞും ആശാൻ കാവ്യകലയിലൂടെ ചോദിച്ചത് സ്നേഹശൂന്യത സമൂഹത്തിൽ അനു ഭവിച്ചുകൊണ്ടാവില്ലേ? നിശ്ചലമായ ഒരു സമൂഹത്തിൽ സ്നേഹം കൊണ്ട്, ലോകാനുരാഗം കൊണ്ട് എങ്ങനെ വിപ്ലവമുണ്ടാക്കാം എന്നാലോചിച്ചുകൊണ്ടല്ലേ ആശാന്റെ സ്നേഹലോകം സംഘർ ഷഭരിതമായത്? അമേരിക്കയിൽ വ്യക്തിസ്നേഹത്തിന്റെ ലക്കും ലഗാ നുമില്ലാത്ത പാരമ്യമാണോ 'ഭാവത്തിൻ പരകോടി' യിൽ സ്നേഹശൂ ന്യതയുണ്ടാക്കിയത്? ഒരു പോപ് ആർട്ടിസ്റ്റിന് - പോപ്പുലർ അഥവാ ജനപ്രിയമെന്നാണല്ലോ പോപ് ആർട്ടിന്റെ ധ്വനി-സ്നേഹത്തെ സ്ഥാപിക്കേണ്ടി - പ്രതിഷ്ഠാപിക്കേണ്ടി - വന്നതെന്തെക്കൊണ്ട്? ചിന്തകൾ മുഴുവൻ ചോദ്യരൂപത്തിലായതിനാൽ അവ 'ലവി'ന്റെ ച്ചവട്ടിൽത്തന്നെ ഉപേക്ഷിച്ച് എഴന്നേറ്റു. വീണ്ടും അലഞ്ഞപ്പോൾ, വിശാലമായ രാജവീ ഥിക്കരികെ മറ്റൊരു ശില്പം കണ്ടു. പ്രിയപ്പെട്ട മൃഗലോകം, പപ്പരാത് സി ഡോഗ് മാനും പപ്പരാത്സി റാബിറ്റ്ഗേളും ക്യാമറയിലൂടെ എന്നെ നിരീക്ഷിക്കുകയാണ്. ''നമ്മൾ തമ്മിൽ ഇതുവേണോ?'' എന്നു ചോദിച്ച് ഞാൻ നായയുടെയും മുയലിന്റെയും ചെവിതടവി. തിരിച്ച മുന്നിൽച്ചെന്നു ഫോട്ടോ എടുക്കുന്ന പപ്പരാത്സികളുടെ ഫോട്ടോ എടുത്തു.

ഒരു സ്വർണ്ണത്തലമുടിക്കാരി അടുത്തുവന്ന് അഭിവാദ്യം ചെയ്തു.

"ഫ്രം ഇന്ത്യ?"

"യെസ്. ആൻഡ് യൂ?"

"ഇറ്റലി."

അവൾ ക്യാമറ എന്റെ കയ്യിൽത്തന്നു. പപ്പരാത്സികളുടെ കൂടെ നിന്ന് അവൾക്ക് ഒരു ഫോട്ടോ വേണം. എനിക്ക സന്തോഷം ഇരട്ടി ച്ചു. പപ്പരാത്സി ഇറ്റലിയിൽ നിന്നു വന്ന വാക്കാണ്. വെറും വാക്കല്ല, എന്റെ ഇഷ്ടസംവിധായകൻ ഫെദറീകോ ഫെല്ലീനിയുടെ ഒരു കഥാ പാത്രത്തിന്റെ പേരിൽനിന്നു ലോകമാകെ പരന്ന വാക്ക്. പിന്നീടത്, ആക്രാന്തം പിടിച്ച് ഇടിച്ചുകയറുന്ന ഫോട്ടോഗ്രാഫർമാർക്കുള്ള വിളിപ്പേരും തൊഴിൽപ്പേരുമായി. ഒരു 'താങ്ക്യൂ' സമ്മാനമായിത്തന്ന് ഇറ്റലിക്കാരി നടന്നുനീങ്ങി. കഷ്ടമായിപ്പോയി! രാവിലെത്തൊട്ട് എന്നോ ട്ടുതന്നെയല്ലാതെ മറ്റാരോട്ടും സംസാരിച്ചിട്ടില്ല.

പാരീസിൽ വച്ച് ഡയാന രാജകുമാരിയുടെ മരണത്തോടെയാണ് പപ്പരാത്സി ഇന്ത്യൻ മാധ്യമങ്ങളുടെയും പ്രിയപ്പെട്ട വാക്കായി മാറുന്നത്. പപ്പരാത്സികളിൽ നിന്നു രക്ഷപ്പെടാൻ കാമുകനൊ പ്പം കാറിൽ അതിവേഗം കുതിക്കുന്നതിനിടെയായിരുന്നുവല്ലോ ഡയാനയുടെ അപകടമരണം. ഫെല്ലീനിയുടെ *ലാ ഡോൾചെ വീറ്റ* എന്ന ലോകോത്തരസിനിമയിലെ കഥാപാത്രമാണ് പപ്പരാത്സോ എന്ന ഫോട്ടോഗ്രാഫർ. പ്രശസ്തവ്യക്തികളുടെ സ്വകാര്യതകളിലേക്ക് ഒളിഞ്ഞുനോക്കുന്ന ഫോട്ടോകൾ എടുത്ത് ടാബ്ലോയിഡുകൾക്ക വിൽ ക്കുന്ന ചെറുപ്പക്കാരൻ. ഈ സിനിമ ആദ്യം ഇറ്റലിയെയും പിന്നീട് ലോകത്തെ മുഴുവനും അക്ഷരാർത്ഥത്തിൽ പിടിച്ചുകുലുക്കിയപ്പോൾ, പപ്പരാത്സോ എന്ന പേര് ആ വ്യക്തിയിൽ നിന്നു വേർപെട്ട്, നാടായ നാടെങ്ങും പരന്നു. 'ഡയാനക്കാലത്തു' തന്നെ ആ വാക്കിന്റെ വേരുതേ ടിപ്പോയിരുന്നു. ഇറ്റലിയൻ ഭാഷയുടെ സിസിലിയൻ ഭാഷാഭേദത്തിൽ 'പപ്പരാത്ചിയോ' എന്ന വാക്കിനു 'വലിയ കൊതുക്' എന്നത്രേ അർത്ഥം. എത്രമാത്രം അർത്ഥദ്യോതകമായ വാക്ക്! കൊതുകുകളെ പ്പോലെത്തന്നെയാണല്ലോ പപ്പരാത്സി! വിളിക്കാതെ വരും, കുത്തും കിട്ടും, ചോരയും കുടിക്കും, ചൊറിച്ചിൽ ബാക്കി നിൽക്കും.

വിശ്വപ്രസിദ്ധമായ മ്യൂസിയം ഓഫ്മോഡേൺ ആർട്ടിലേക്ക്, അഥവാ ചുരുക്കപ്പേരിൽ മോമ (MoMA)യിലേക്ക തിരിയുന്നതിനുമുമ്പ് ഒരാൾ രൂപമുണ്ട്. നീലനിറത്തിൽ ഒരു മനുഷ്യൻ. ആണാകാം, പെണ്ണാകാം. ക്യൂബിസ്റ്റ് ശൈലിയാണ്, ആദ്യകാല പിക്കാസ്സോ ചിത്രങ്ങളെ

മോമയ്യരികിലെ ക്യൂബിസ്റ്റ് ശില്പം

അനുസ്മരിപ്പിക്കും. പാരീസിൽ നിന്ന് ആധുനികകല ന്യൂയോർക്കിലേക്ക കുടിയേറിയപ്പോൾ കലാശൈലിയും നഗരവും മനുഷ്യാവസ്ഥയുമെല്ലാം ചേർന്നതീർത്ത രൂപം. ഇതു ബോദലേറുടെ 'ഫ്ളനേർ' അല്ല, ജിയാകോമെറ്റിയുടെ നടത്തക്കാരനുമല്ല, നിന്നനില്പ്പിൽ നിശ്ചലനായ ഒരു കാഴ്ചക്കാരനാണ്. ഞാനൊരു ഫോട്ടോഗ്രാഫർ അല്ല, അഥവാ, ഇപ്പോൾ ഫോട്ടോഗ്രാഫറല്ലാത്തതായി ആരാണുള്ളത്? ആ ശില്പത്തിനു ജീവൻ നൽകാൻ ഒരു മനുഷ്യജീവി കടന്നുപോകുന്നതു വരെ ഒന്നുരണ്ടു നിമിഷം കാത്തിരുന്നു. മ്യൂസിയം അടച്ചുകഴിഞ്ഞതിനാൽ ഏറെക്കുറെ വിജനമാണ്. ഒരു യുവതി ആ ശില്പത്തിനരികില്ലൂടെ നടന്നുനീങ്ങുന്നതു കണ്ടപ്പോൾ, ഞാൻ ആ മുഹൂർത്തം നിശ്ചലമാക്കി.

ന്യൂയോർക്കിൽ ഒരു സ്ഥലം വിശേഷിച്ചും കാണണമെന്ന് മുമ്പേ മനസ്സിൽ കുറിച്ചിട്ടിരുന്നു. പ്രിയപ്പെട്ട ഇറ്റാലിയൻ എഴുത്തുകാരൻ ഈതാലോ കൽവീനോ, തന്റെ 'അമേരിക്കൻ ഡയറി'യിൽ, ന്യൂയോർക്ക് രാത്രിയിലെ ചാരുദൃശ്യം എന്നു കുറിച്ചിട്ട ഇടം. കൽവീനോയുടെ കുറിപ്പ് ഇങ്ങനെയാണ്: 'ന്യൂയോർക്കിന്റെ ഹൃദയത്തിൽ ബ്രോഡ്വേയും ഫിഫ്ത് അവന്യൂവിനുമിടയിൽ, റോക്ക്ഫെല്ലർ സെന്ററിനുകീഴെ മഞ്ഞുപ്രതലത്തിൽ ആൺകുട്ടികളും പെൺകുട്ടികളും സ്കേറ്റിംഗിൽ.'

മാർകേസ് കഴിഞ്ഞാൽ മലയാളം ഏറ്റവുമേറെ ഓമനിച്ച കൽവീനോ, ഇറ്റാലിയൻ നാടോടിക്കഥകളുടെ പുനരാഖ്യാനകാരൻ കൂടിയാണ്. ഓരോ എഴുത്തുകാരന്റെ ഉള്ളിലും സദാസമയം അലഞ്ഞുതിരിയുന്ന ഒരു നാടോടിയുണ്ടാകുമല്ലോ? റോക്ക്ഫെല്ലർ സെന്ററിന്റെ പടവിൽ,

എത്രയോ നേരം സുന്ദരികളുടെയും സുന്ദരന്മാരുടെയും മഞ്ഞിലെ നൃത്തം നോക്കി ഇരുന്നു. രാത്രിയാണെന്നു തോന്നില്ല. ന്യൂയോർക്കിനു രാവും പകലും തമ്മിൽ വേർതിരിവില്ലല്ലോ.

ഹോട്ടൽമുറിയിലെത്തുമ്പോൾ വാച്ചിൽ നേരം പന്ത്രണ്ടുമണി. ക്ഷീണമുണ്ടായിരുന്നുവെങ്കിലും ഉറക്കം വന്നില്ല. ബാഗ് തുറക്കാൻ മടിയായി. കൈയിൽ പെട്ടെന്നുകിട്ടിയ നാപ്കിനിൽ, കൽവീനോയ്ക്കായി ഇങ്ങനെ എഴുതി. ഞാനും അതിൽ വരാതിരിക്കാൻ തരമില്ല:

കവിതയോ? ആർക്കറിയാം? വായിക്കുന്നവർ തീരുമാനിക്കട്ടെ.

മാർകൊവാശ്ഡോ

വായിച്ച മത്ത്

ഇപ്പോഴും ഇറങ്ങിയിട്ടില്ല.

അംബരച്ചുംബികളുടെ മഹാനഗരത്തില്ലും

താങ്കൾ നാടോടിക്കഥകൾ തേടി അലഞ്ഞു.

അപ്പോഴാകണം, മഞ്ഞിൽപ്പുതഞ്ഞ ആ കാഴ്ചകണ്ടത്.

ഞാനും ആ കാഴ്ചകുടിച്ചു മത്തുപിടിച്ചു.

കൃഷിക്കാരൻ ബ്രൂഗലിന്റെ

മഞ്ഞിലെ വേട്ടക്കാരെ ഓർമ്മിച്ചു.

നാം (അഹങ്കാരം ക്ഷമിക്കണേ,)

നാടോടികൾ

എവിടെപ്പോയാലും നന്നാവില്ല!

നിത്യഭാസുരനഭശ്ചരങ്ങളേ...

വിൻസെന്റ് വാൻഗോഗിന്റെ *നക്ഷത്രാങ്കിതരാത്രി (ദ് സ്റ്റാറി നൈറ്റ്,* 1889)യെക്കുറിച്ച് എഴുതാൻ പേന തുറന്നപ്പോൾ, ആശാന്റെ മിന്നിത്തിള ങ്ങുന്ന പദനക്ഷത്രങ്ങൾ, 'നിത്യഭാസുരനഭശ്ചരങ്ങളേ...' (പല്ലനയാറിന മുകളിലും ഒരു ന്യൂറ്റാണ്ടുമുമ്പ് ആ നിമിഷത്തിൽ നക്ഷത്രങ്ങൾ കണ്ണീർ പൊഴിച്ചു കണ്ണടച്ചിരിക്കണം)ഉള്ളിൽ മന്ത്രം പോലെ ഉരുവിട്ട ഒരു വിശിഷ്ട രാത്രി ഓർമ്മയിൽ വന്നു. യാത്രികൻ മാനസസരോവരത്തിന്റെ തീരത്ത് മൺചുമരുള്ള ഒരു കുടിലിലായിരുന്നു. സഹതീർത്ഥാടകർ ഉറക്കം പിടിച്ചിരുന്നു. കരിമ്പടം പുതച്ച്, ഒരു ഞെക്കുവിളക്കുമായി പുറ ത്തേക്കിറങ്ങി. ചെവിയോർത്താൽ മാത്രം കേൾക്കാവുന്ന, മാനസസര സ്സിന്റെ അലയൊലിയല്ലാതെ, നിശ്ശബ്ദവും പ്രശാന്തവുമായ അന്തരീക്ഷം,

വിൻസെന്റ് വാൻഗോഗ്, *നക്ഷത്രാങ്കിതരാത്രി*(1889)

ഗ്രന്ഥകാരൻ *നക്ഷത്രാങ്കിതരാത്രിക്ക* മുന്നിൽ

ഞെക്കുവിളക്കിന്റെ പ്രകാശം പ്രപഞ്ചത്തെ മുഴുവൻ തിളക്കിക്കാണിച്ചു. വിളക്കുകെടുത്തി തലയുയർത്തിയപ്പോൾ നക്ഷത്രങ്ങൾ ഇതാ, ഇപ്പോൾ അടർന്നുവീഴുമെന്നമാതിരി ഇളകി ജ്വലിച്ചുകൊണ്ടിരിക്കുന്നു. അതിന്റെ പ്രകാശം മാനസസരസ്സിൽ വീണലിഞ്ഞ് ഇളകുന്നു. ആകാശഗംഗയെ ഇത്രയും വിവസ്ത്രയായി കാണുന്നത് ആദ്യമായിട്ടായിരുന്നു.

"നിത്യഭാസുരനഭശ്ചരങ്ങളേ..."

വർഷങ്ങൾക്കുശേഷം, പാരീസിലെ മ്യൂസീദ് ഓർസെയിൽ, *റോണിന മുകളിലെ നക്ഷത്രാങ്കിതരാത്രി* (1888) നോക്കിനിൽക്കുമ്പോൾ മാനസസ രസ്സിലെ ആ രാത്രിയായിരുന്നു മനസ്സിൽ. നക്ഷത്രങ്ങൾ റോണിലെ ജലരാശിയുടെ ആഴങ്ങളിലേയ്ക്ക് വേരുപടർത്തുകയായിരുന്നു. "ആകാശ ത്തേയ്ക്ക് നോക്കി രാത്രിയുടെ ശ്രദ്ധവായു ശ്വസിക്കുമ്പോൾ എന്റെ ഉള്ളിൽ മുഴുവൻ നക്ഷത്രങ്ങൾ നിറയുന്നതായി തോന്നും," സാൻ-റെമിയിൽ നിന്നു വാൻഗോഗ് സഹോദരൻ തിയോക്കെഴുതി.

കൈ തൊടാവുന്ന അകലത്തിൽ വാൻഗോഗ് നക്ഷത്രങ്ങളെ പിന്നീടു കാണുന്നത്, ന്യൂയോർക്കിൽ മോമയിലെ മുറിയിലാണ്, നിശ്ചലരായി, ശ്വാസമടക്കിപ്പിടിച്ച്, *നക്ഷത്രാങ്കിതരാത്രിയിലേക്ക* നോക്കിനിൽക്കുന്ന ഒരു കൂട്ടം ആളകളുടെ ഇടയിൽനിന്ന്.

കുറച്ചനേരം നിശ്ശബ്ദരാമായിരുന്ന ആളകൾ ആ രാത്രിയെയും നക്ഷ ത്രങ്ങളെയും ആവോളം കോരിക്കടിച്ചതിനുശേഷം ഇളകാൻ തുടങ്ങി. അവർ ക്യാമറകൾ പുറത്തെടുത്തു. *നക്ഷത്രാരാത്രിയുടെ* പശ്ചാത്തല ത്തിൽ വാൻഗോഗിന്റെ ആരാധകരും ആസ്വാദകരും അവരവരുടെ

ജീവിതത്തിലെ അസുലഭ മുഹൂർത്തത്തെ അടയാളപ്പെടുത്താൻ തുടങ്ങി. ഞാൻ തനിച്ചായിരുന്നു. ഒരു വാൻഗോഗ് ആരാധകൻ എന്നെ സഹായിച്ചു.

"എത്ര?" അയാൾ ചോദിച്ച

"രണ്ട്," ഞാൻ ചിരിച്ചു,"വാൻഗോഗിന്റെ ഫോട്ടോകളും അത്രയല്ലേ ഉള്ളൂ?"

"തമാശ പറയല്ലേ, ഞാൻ വിശ്വസിക്കുന്നില്ല." അയാൾ പറഞ്ഞു.

"വിശ്വസിച്ചോളാം."

1889 മേയിലാണ് വാൻഗോഗ് സാൻ-റെമിയിലെ സാൻ പോൾ ദ്-മൗസോൾ മനോരോഗ ചികിത്സാലയത്തിൽ എത്തുന്നത്. അപസ്മാ രബാധ ഉണ്ടെന്ന പരിശോധനയിൽ തെളിഞ്ഞു. വേറെ പറയത്തക്ക പ്രശ്നങ്ങളൊന്നുമില്ല. ആശുപത്രിയുടെ ഉദ്യാനത്തിലും പരിസരത്തും ചിത്രം വരയ്ക്കാനുള്ള അനുവാദം ചോദിച്ചു; കിട്ടി. ചിത്രരചനയിൽ പൂർ ണ്ണമായും മുഴുകിയ ദിവസങ്ങൾ. ദിവസത്തിൽ ഒന്നെന്ന കണക്കിൽ വരച്ചു. അക്കൂട്ടത്തിലെ ഏറ്റവും പ്രധാനപ്പെട്ട രചനകളിൽ ഒന്നാണ് *നക്ഷത്രാങ്കിതരാത്രി.*

*നക്ഷത്രാങ്കിതരാത്രി*യെക്കുറിച്ചുള്ള മറ്റ വിലപ്പെട്ട വിവരങ്ങളെല്ലാം നമ്മുടെ കാലത്തു വിരൽത്തുമ്പിൽ കിട്ടുമെന്നതിനാൽ, ആ വഴിക്ക വിയർക്കുന്നില്ല. *മൊണാലിസ* കഴിഞ്ഞാൽ ലോകത്തിൽത്തന്നെ ഒരു പക്ഷേ ഏറ്റവും അറിയപ്പെടുന്ന ചിത്രം ഇതായിരിക്കണം, അവ രണ്ടും ആഗോള കലാവിഗ്രഹങ്ങളായി മാറുകയായിരുന്നു. ഡാവിഞ്ചിയുടെയും വാൻഗോഗിന്റെയും ഏറ്റവും മികച്ച രചനകൾ അതായിരിക്കില്ല, പക്ഷേ വിശാല കലാലോകം അങ്ങനെ തീരുമാനിച്ചുറച്ചുവെന്നാണ തോന്നു ന്നത്. കൈവിട്ടപോയ അസ്തം പോലെയാണവ, തിരിച്ചുവിളിക്കാനാ വില്ല, വാക്കുകളില്ലൂടെയും ദൃശ്യങ്ങളില്ലൂടെയും അതിന്റെ വിശേഷങ്ങൾ അടുത്തറിയാൻ മനസ്സുവയ്ക്കുകയേ വേണ്ടൂ. അതിന് ഈ യാത്രാക്കുറിപ്പ വഴിവയ്ക്കുമെങ്കിൽ, യാത്രികന സന്തോഷത്തോടെ പിൻവാങ്ങാവുന്ന താണ്. വായിച്ചും കണ്ടും ക്ഷീണിക്കുമ്പോൾ പ്രിയപ്പെട്ട വായനക്കാർക്ക് ഒരു ഗാനം കൂടി കേൾക്കാവുന്നതാണ്: ഡോൺ മക്ലീൻ രചിച്ച പാടിയ അതിപ്രശസ്തമായ ഗാനം, 'സ്റ്റാറി സ്റ്റാറി നൈറ്റ്...'[1]

"പ്രണയികൾ മിക്കപ്പോഴും ചെയ്യുമ്പോലെ

നീ നിന്റെ ജീവിതം തന്നെത്താൻ എടുത്തു

പക്ഷേ എനിക്ക നിന്നോട്ട പറയാമായിരുന്നു:

വിൻസെന്റ് നിന്നെ
പ്പോലെമനോഹരനായ
ഒരാൾക്കു പറഞ്ഞതല്ല
ഈ ലോകം...''

എ ന്തു ത ന്നെ യാ
യാല്യം, വാൻഗോഗിനു
'ഭ്രാന്താ'യിരുന്നു എന്ന
കളങ്കം തുടച്ചുകളഞ്ഞേ
തീരൂ, സെസാൻ എന്തു
തന്നെ പറഞ്ഞാലും!
ഇത്രയും ജാഗ്രത്തായ
മ ന സ്സു ണ്ടാ യി രു ന്ന

വാൻഗോഗ് പതിനെട്ടാം വയസ്സിൽ (1871)

മറ്റധികം ചിത്രകാരന്മാരില്ല, ആധുനികകലയിൽ. നാലു ഭാഷകളിൽ
അവഗാഹം, വലിയ വായനക്കാരൻ, കേൾവിപ്പെട്ട എഴുത്തുകാരുടെയും
ചിത്രകാരന്മാരുടെയും ലോകവുമായി ഗാഢ പരിചയം, അവരുമായി
തീപിടിച്ച സൗഹൃദം, ഏറ്റവും സാധാരണക്കാരായ, ദരിദ്രരായ മനുഷ്യ
രോടു തോൾചേരാനായി മതം വച്ചുനീട്ടിയ സൗഭാഗ്യങ്ങൾ ത്യജിച്ചവൻ...
നക്ഷത്രാങ്കിതരാത്രി, ഉന്മത്തമായ മനോനിലയുടെ ആവിഷ്കാരമെ
ന്നതിനെക്കാൾ ജാഗ്രത്തായ ജീവിതദർശനത്തിന്റെ സൃഷ്ടിയാണ്.
നിറങ്ങളുടെ ഉപയോഗം, സാങ്കേതികത്തികവ്, ദ്യുലെഖ്വാ തൊട്ട
ജപ്പാനീസ് ശൈലിവരെ ഉരുക്കിച്ചേർത്ത കലാവൈഭവം, ശാസ്ത്രീയമായ
പ്രപഞ്ചവിജ്ഞാനത്തോടുള്ള ആഭിമുഖ്യം. ക്ഷീരപഥത്തെ പഠിച്ച പ്രഗ
ല്ഭനായ ഐറിഷ് ജ്യോതിശ്ശാസ്ത്രജ്ഞനായിരുന്ന ലോർഡ് റോസ്സെ

വാൻഗോഗ്, *ആത്മചിത്രം* (1889)

വരച്ച സ്കെച്ച് (1845)
പോലും വാൻഗോഗ്
ചി ത്ര ത്തി ലേ ക്ക്
ആ വാ ഹി ക്കു ന്നു ണ്ട്,
ഏതാണ്ട് അതേപടി,
വർണ്ണത്തിലാണെന്ന
വ്യത്യാസമേയുള്ളൂ!

വാ ൻ ഗോ ഗി ന്റെ
വ്യഥ, മനസ്സിലാക്കപ്പെ
ടാതെ പോവുന്നതിലു
ള്ള മാനസിക വ്യഥയാ
യിരുന്നു. 'വാൻഗോഗ്:

സമൂഹം നടത്തിക്കൊടുത്ത ആത്മഹത്യ ചെയ്യപ്പെട്ടവൻ' എന്ന പേരിൽ ഒരു ദീർഘലേഖനം ആന്റൊണ അർതോ എഴുതിയിട്ടുണ്ട്. അതുംകൂടി വായിച്ചാൽ 'ഭ്രാന്ത്ര സിദ്ധാന്തം' പമ്പയും സെയ്ന്ദും റോണം കടക്കും!

*നക്ഷത്രാങ്കിതരാത്രിയി*ലേക്ക വരുന്ന ആസ്വാദകരെ നിരീക്ഷിച്ചും മോമയുടെ വില്പനശാലയിൽ നിന്നു വാങ്ങിയ *നക്ഷത്രാങ്കിതരാത്രി* കൈപ്പുസ്തകം വായിച്ചും മുറിയുടെ അരികിലുള്ള ഒരു സോഫയിൽ ഇരുന്നു. ആ ചെറുപുസ്തകത്തിൽ വാൻഗോഗ് ചിത്രത്തിനു മുന്നോടി യായി വരച്ച രേഖാചിത്രങ്ങൾ, ചികിത്സാലയത്തിലെ മുറിയിൽ നിന്നു വരച്ച പുറത്തെ പ്രകൃതി, സഹോദരൻ തിയോക്കും ചിത്രകാരനായ സുഹൃത്ത് എമീൽ ബെർണാറിനുമെഴുതിയ കത്തുകളുടെ ഭാഗങ്ങൾ, അക്കാലത്തെയും പിൽക്കാലത്തെയും കലാനിരൂപകരുടെ വിശകല നങ്ങൾ, വാൻഗോഗിന്റെ മരണത്തിനു അരനൂറ്റാണ്ടിനുശേഷം അതു മോമയിൽ എത്തിച്ചേർന്നതുവരെയുള്ള കൈമാറൽ - വില്പനചരിത്രത്തി ന്റെ നാൾവഴി - ആ കൈപ്പുസ്തകം *നക്ഷത്രാങ്കിതരാത്രി*ലഘുവിജ്ഞാന കോശമായിരുന്നു. വാൻഗോഗിനെക്കുറിച്ച പിക്കാസ്സോ പറഞ്ഞത് ഭാര്യ ഫ്രാൻസ്വാ ഷീലോ രേഖപ്പെടുത്തിയതു വായിച്ചുകൊണ്ടിരിക്കെ, തൊട്ടരി കിൽ നിന്ന് അടക്കിപ്പിടിച്ച ശബ്ദം കേട്ട, പുസ്തകം അടച്ച് ശ്രദ്ധിച്ചു. മധ്യ വയസ്സു പിന്നിട്ട സ്ത്രീ മന്ത്രോച്ചാരണം പോലെ ഒരു പുസ്തകത്തിൽ നിന്നു വായിക്കുകയാണ്. ആ പ്രാർത്ഥനാപുസ്തകം ഏതാണെന്ന് അതിന്റെ മുഖച്ചട്ട കാണാതെതന്നെ, ചെവിയിലേക്കെത്തിയ ചില വരികളുടെ വിറയലുകളിൽ നിന്ന് ഊഹിച്ചു: ആൻ സെക്സ്റ്റണിന്റെ 'ദ് സ്റ്റാറി നൈറ്റ്.'

"ഓ, നക്ഷത്ര നക്ഷത്ര രാത്രി!

ഇങ്ങനെയാണ് എനിക്കു മരിക്കേണ്ടത്...''[2]

ഇടയ്ക്ക് യാത്രികന്റെ കണ്ണകൾ ഇടഞ്ഞപ്പോൾ അവർ അമ്പരപ്പോടെ പുസ്തകം അടച്ച് കണ്ണടച്ചിരുന്നു. യാത്രികൻ ഒന്നും സംഭവിച്ചിട്ടില്ലാത്ത മാതിരി *നക്ഷത്രാങ്കിതരാത്രി* കൈപ്പുസ്തകം കൊണ്ടു മുഖം മറച്ചു.

ആൻ സെക്സ്റ്റൺ നാല്പത്തിയഞ്ചു വയസ്സുവരെ ജീവിച്ചു. മൃത്യുവായിരു ന്നു അവരുടെ രോഗം. *ലിവ് ഓർ ഡൈ* എന്നായിരുന്നു സമ്മാനിതമായ ഒരു കവിതാസമാഹാരത്തിന്റെ പേരുതന്നെ. അതിലെ മൂന്നു കവിതക ളുടെ പേരുകൾ: 'സിൽവിയയുടെ മരണം,' 'മരിക്കാനുള്ള ആഗ്രഹം,' 'ആത്മഹത്യാക്കുറിപ്പ്.' നോക്കിയ ഇടത്തെല്ലാം അവർ മരണമാണു കണ്ടത്. 'ആത്മഹത്യാക്കുറിപ്പി'ൽ ഈ മൃത്യുകാമുകി എഴുതി:

"ഒരു കാലത്ത്

എന്റെ വിശപ്പ് യേശുവിനോടായിരുന്നു

ഓ, എന്റെ വിശപ്പ്! എന്റെ വിശപ്പ്!

പ്രായമാകും മുമ്പ്

യേശു ശാന്തനായി

ജെറുസലേമിലേക്ക്

മരണം അന്വേഷിച്ചുപോയി.''

ആൻ മരണം അന്വേഷിച്ചുപോയത് യേശുവിനെക്കാൾ ഒരു പതിറ്റാ ണ്ടുകൂടി ജീവിച്ചുതീർത്തിട്ടായിരുന്നു. 1974 ഒക്ടോബർ 4-ന് ഒരുച്ചനേരത്ത് വീട്ടിൽ തിരിച്ചെത്തി, വസ്ത്രങ്ങളെല്ലാം ഉരിഞ്ഞ്, അമ്മയുടെ പഴയ രോമ ക്കുപ്പായമണിഞ്ഞ്, ഒരു ഗ്ലാസ് വോഡ്ക വായിൽ കമഴ്ത്തി, ഗാരേജിലേക്ക് പോയി, വാതിൽ കൊട്ടിയടച്ച്, സ്വന്തം കാറിന്റെ എഞ്ചിൻ തുറന്ന്, ആ നട്ടുച്ചനേരത്ത് വെളിച്ചത്തിന്റെ തരിപോലും അനുവദിക്കാതെ, രാത്രിപോല്വുള്ള ഇരുട്ടിൽ, വിഷപ്പുകയിൽ....*നക്ഷത്രാങ്കിതരാത്രി* അവർ മനസ്സിൽ സൃഷ്ടിച്ചിരിക്കണം. വാൻഗോഗിന്റെ *നക്ഷത്രാങ്കിതരാത്രി*യെ പ്രകൃതിയുടെയും ജീവിതത്തിന്റെയും സൗന്ദര്യവും ചൈതന്യവുമായി കരുതിയിരുന്നുവെങ്കിൽ ജീവിതത്തെ അതിന്റെ എല്ലാ നിഗൂഢതയോട്ടും കൂടി സ്നേഹിക്കാനല്ലേ തോന്നുക? ജീവിച്ചു മതിയായിട്ടില്ലാത്തതുകൊ ണ്ടാകാം, യാത്രികന് അങ്ങനെയാണ് തോന്നിയത്. വാൻഗോഗിന്റെ *ഐറിസുകൾ* (1889) സമ്പാദിച്ച കലാനിരൂപകൻ ഒക്താവ് മിയെർബ ചിത്രകാരൻ ക്ലോദ് മൊനേയ്ക്ക് അതിന്റെ പൂക്കളിലൂടെയും വെളിച്ചത്തി ലൂടെയും വിരലോടിച്ച് കാണിച്ചുകൊട്ടത്തപ്പോൾ, വെളിച്ചത്തിന്റെ രാജ കുമാരൻ, മൊനേ ചോദിച്ചു. "എങ്ങനെ, പറയൂ, എങ്ങനെ, പൂക്കളെയും വെളിച്ചത്തെയും അത്രയേറെ സ്നേഹിക്കുകയും ഒന്നാന്തരമായി കാൻവാസിൽ പകർത്തുകയും ചെയ്ത ഒരാൾക്ക് ഇത്രയും അസന്തുഷ്ട നാകാൻ കഴിഞ്ഞു?''

മോമയിൽ നിന്നു പുറത്തിറങ്ങി, ആ ചോദ്യത്തിന്റെ കുരുക്കഴിക്കാ നെന്ന വ്യാജേന ഒരു മദ്യശാലയിലേക്ക് പ്രവേശിച്ചു.

2024

അവിഞ്ഞ്യോണിലെ ചെറുപ്പക്കാരികൾക്കൊപ്പം

ഒരിക്കൽ പിക്കാസ്സോയോട് അദ്ദേഹത്തിന്റെ ചിത്രങ്ങളുടെ അർത്ഥം ആരോ ചോദിച്ചു. പിക്കാസ്സോ പറഞ്ഞു, ''പക്ഷികൾ പാട്ടന്നതെന്താണെന്ന് നിങ്ങൾക്കറി യാമോ? ഇല്ല. പക്ഷേ നിങ്ങൾ അതു കേൾക്കുന്നു. ചിലപ്പോൾ കലയിലും നോക്കുക എന്നത് വളരെ പ്രധാനമാണ്.''

മരീന അബ്രാമോവിച്ച്

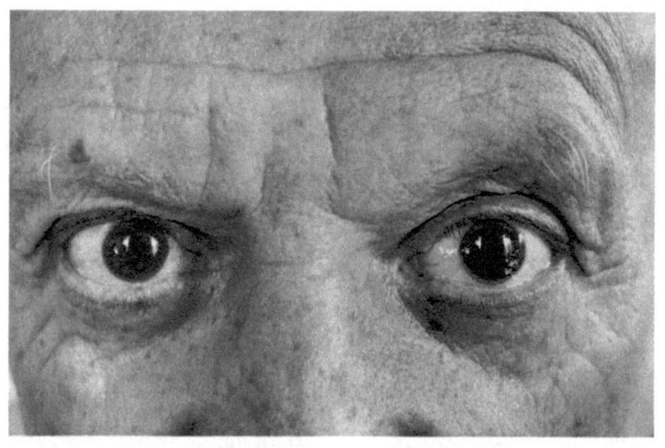

അമേരിക്കയിൽ രണ്ടതവണ പോയപ്പോഴും ആദ്യം പോയത് ന്യൂയോർക്കിലുള്ള തറവാട്ടിലേക്കാണ്, ആത്മാവിന്റെ തറവാട്ടിലേക്ക്: മോമയിലേക്ക്. കലയിൽ മുങ്ങിക്കുളിച്ചവരോട് മോമ (MoMA) എന്താ ണെന്ന പറഞ്ഞുകൊട്ടക്കേണ്ടതില്ല: മ്യൂസിയം ഓഫ് മോഡേൺ ആർട്ട്. ആധുനികകലയുടെ തലസ്ഥാനം പാരീസിൽ നിന്ന ന്യൂയോർക്കിലേക്ക പറിച്ചുനട്ട കാലത്തു രൂപം കൊണ്ട മഹത്തായ മ്യൂസിയം. അതിന്റെ പേരിൽ സ്ത്രീകൾക്ക വിശേഷിച്ചും അഭിമാനിക്കാം. മൂന്ന സ്ത്രീകളാണ് സ്ഥാപകാംഗങ്ങൾ.

മ്യൂസിയം ഓഫ് മോഡേണ്‍ ആര്‍ട്ട് പ്രവേശനകവാടം

ന്യൂയോര്‍ക്കിലെ അമ്പത്തിമൂന്നാം തെരുവില്‍ അഞ്ചും ആറും അവന്യൂവിന്‍ നടുവിലായി മോമയിലേക്കു തിരിയ്യുന്ന കൂട്ടുപാതയിലെ ത്തിയപ്പോള്‍ *ഖസാക്കില്‍* പറയുമ്പോലെ, ആ സ്ഥലം അപരിചിതമായി തോന്നിയില്ല. പാതയ്ക്കരികില്‍ കൃമ്പ്യകളാല്‍ ചെത്തിമിനുക്കിയ ഭാവശൂ ന്യമായ ഒരു മനുഷ്യരൂപം നെഞ്ചുവിരിച്ച നില്‍ല്ലുണ്ട്. നടപ്പാതയോട്ടുചേര്‍ ന്ന് പെയിന്റിംഗകളടെയും പോസ്റ്ററുകളുടെയും താണതരം പ്രിന്റുകളും ശില്‍പ്പങ്ങളടെ കുഞ്ഞുപതിപ്പുകളും വില്‍പ്പനയ്ക്ക് വച്ച കൊച്ചുകൊച്ച കടകള്‍, സാന്‍ഡ്‍വിച്ചും ഹോട്ട്ഡോഗും ചുടോടെയും അമേരിക്കന്‍ പാനീയങ്ങള്‍ തണുപ്പോടെയും രുചിക്കാന്‍ പാകത്തിന് ഒരുക്കിയ തട്ടുകടകള്‍, എല്ലാം അതുതന്നെ! വരുംവരായ്കളുടെ ഓര്‍മ്മകളിലെവിടെയോ മോമയിലെ രചനകള്‍ കണ്ടുകണ്ടു ഹൃദിസ്ഥമായിത്തീര്‍ന്നതാണ്.

ആദ്യയാത്രയില്‍, മോമയ്ക്ക് നല്‍കാന്‍ രണ്ടു ദിവസങ്ങള്‍ മോഷ്ടി ച്ചെടുത്തിരുന്നു. ഒരു പകല്‍ പാബ്ലോ പിക്കാസ്സോയ്ക്, രണ്ടാം ദിവസം പകുതി പകല്‍ വിന്‍സെന്റ് വാന്‍ഗോഗിന്റെ *നക്ഷത്രാങ്കിതരാത്രിക്ക്,* ബാക്കി പകല്‍ ആധുനിക രചനകള്‍ക്ക്, പിന്നെ കലാരചനകള്‍ ഒഴ ക്കിക്കൊണ്ടുപോകുന്ന ഇടങ്ങളിലേക്കും. മോമയിലെ വില്‍പ്പനമുറിയിലും പോകണം, *അവിണ്ണ്യോണിലെ ചെറുപ്പക്കാരികളുടെയും* വാന്‍ഗോഗി ന്റെ *നക്ഷത്രാങ്കിതരാത്രി*യുടെയും നല്ല, വലിയ പ്രിന്റുകള്‍ വാങ്ങണം. വീട്ടില്‍ വരാറുള്ള ചങ്ങാതിമാര്‍ അമേരിക്കയില്‍ നീയെന്തുകണ്ടു എന്നു വിശേഷം ചോദിക്കുകയാണെങ്കില്‍ ദാ, എന്നു ചുമരിലേയ്ക്കു ചൂണ്ടിക്കാ ണിക്കാമല്ലോ!

പ്രവേശനടിക്കറ്റ് എടുത്തുകഴിഞ്ഞ് (25 ഡോളര്‍, രൂപക്കണക്കില്‍

മനക്കണക്കു കൂട്ടുന്നതു നിർത്തിയിരുന്നു) ലിഫ്റ്റിൽ കയറുംമുമ്പ് മോമയുടെ കാപ്പിക്കടയിൽ കാപ്പികുടിക്കാനിരുന്നു. ടിക്കറ്റിനൊപ്പം കിട്ടിയ മാപ്പ് പഠിച്ചു. മോമയിലെ വിശ്രുത കലാസൃഷ്ടികളുടെ സ്റ്റാമ്പുവലിപ്പത്തിലുള്ള ചിത്രങ്ങളും അത്യാവശ്യം വിവരങ്ങളും ഒപ്പം ചേർത്തിട്ടുണ്ട്.

ലൂവ്രിന് *മൊണാലിസ* പോലെ മോമയുടെ ഏറ്റവും വിഖ്യാതമായ ചിത്രം ഏതാണ്? ഒരു സംശയവും വേണ്ട, വാൻഗോഗിന്റെ *ദ് സ്റ്റാറി നൈറ്റ്* (1889). അതുകഴിഞ്ഞാൽ? (അതു കഴിയുന്നില്ലല്ലോ എന്ന് കെ.ജി. എസ്. ചെവിയിൽ മന്ത്രിക്കുന്നു). അതുകഴിഞ്ഞാൽ, പാബ്ലോ പിക്കാ സ്സോയുടെ *അവിഞ്ഞ്യോണിലെ ചെറുപ്പക്കാരികൾ* (1907). പിന്നെ മഹാര ഥനായ സെസാനുണ്ട്, പിന്നാലെ ഗോഗനുണ്ട്, മത്തിസുണ്ട്, ദാലിയുണ്ട്, ഷഗാളുണ്ട്, മോദില്യാനിയുണ്ട്, റൂസ്സോയുണ്ട്, റുവോയുണ്ട്, ദുഷാംപുണ്ട്, അവർക്കുശേഷം വന്ന ആധുനിക-ആധുനികോത്തര കലാകാരന്മാരിൽ ഏതാണ്ടെല്ലാവരുമുണ്ട്.

പാബ്ലോ പിക്കാസ്സോ, അവിഞ്ഞ്യോണിലെ ചെറുപ്പക്കാരികൾ (1907)

ഗ്രന്ഥകാരൻ *അവിഞ്ഞ്യോണിലെ ചെറുപ്പക്കാരികൾക്ക* മുന്നിൽ

കാപ്പി കുടിച്ച വറ്റിച്ചുകഴിഞ്ഞപ്പോൾ ആത്മാവിനു പുകകൊടുക്ക
ണമെന്നു തോന്നി. അതെ, ആത്മാവിനെ പട്ടിണിക്കിട്ടൂടാ. അതിന്,
അനന്തസാധ്യതകളുള്ള ആത്മാവിഷ്കാരങ്ങൾ കാണാനാണ്
പോകുന്നത്!

*   *   *

അവിഞ്ഞ്യോണിലെ ചെറുപ്പക്കാരികൾക്കു മുന്നിൽ നിന്നു. ഇരുപതാം
നൂറ്റാണ്ടു തുടങ്ങിയ വർഷത്തിന്റെ, ഒക്ടോബർ മാസം അവസാനം,
ബാർസെലോണയിൽ നിന്നു പാരീസിലെ ഗാരെ ദു നോർദ് റെയിൽവേ
സ്റ്റേഷനിൽ നാട്ടുകാരനായ ചങ്ങാതിയോടൊപ്പം വണ്ടിയിറങ്ങിയ
പിക്കാസ്സോയുടെ ആ വരവിനെ, പതിനേഴു വർഷത്തിനുശേഷം (അത്ര
യുംതന്നെ വർഷത്തെ വിദേശവാസത്തിനുശേഷം) സെന്റ് പീറ്റേർ
സ്ബർഗിലെ ഫിൻലൻഡ് സ്റ്റേഷനിൽ ലെനിൻ തീവണ്ടിയിറങ്ങിയ
മുഹൂർത്തവുമായാണ്, *അവിഞ്ഞ്യോണിലെ ചെറുപ്പക്കാരികളെക്കുറിച്ച്* ഒരു
'കിടിലൻ' പുസ്തകമെഴുതിയ (*പിക്കാസ്സോ ആൻഡ് ദ് പെയിന്റിംഗ് ദാറ്റ്
ഷോക്ക്ഡ് ദ് വേൾഡ്*) മിൽസ് ജെ.ഉംഗർ ചേർത്തുവച്ചത്. ആദ്യത്തേയ
ചിത്രകലയിൽ വിപ്ലവത്തിനു തീകൊളുത്താനുള്ള വരവായിരുന്ന,
രണ്ടാമത്തേത്, അതുവരെയുള്ള മാനവചരിത്രത്തിലെ ആദ്യത്തെ
സമൂലവിപ്ലവത്തിനായുള്ള പടപ്പുറപ്പാടിന്റെ ആദ്യച്ചുവട്.

എന്താണു *ല് ദുമോയ്സൽ ദവിഞ്ഞു* (*Les Demoiselles d'Avignon*)
എന്നു ഫ്രഞ്ചിൽ പേരിട്ട അവിഞ്ഞ്യോണിലെ *ചെറുപ്പക്കാരികളുടെ*

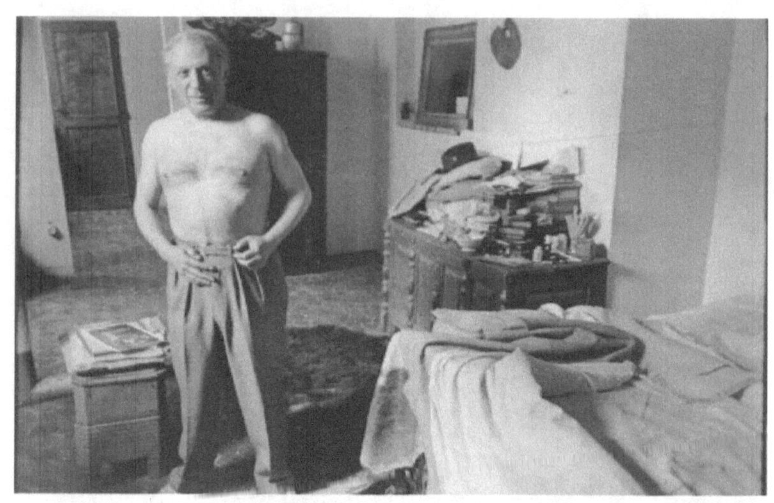

ഴഹൻറി കാർതിയെ - ബ്രസ്സൻ : പിക്കാസ്സോ (1946)

വിശേഷം? അവിഞ്ഞ്യോണിലെ സുന്ദരികൾ, അവിഞ്ഞ്യോണിലെ കന്യകമാർ എന്നെല്ലാം മലയാളത്തിലാക്കിക്കണ്ടിട്ടുണ്ട്. ദുമോയ്സെ ലിന്യുവതി, ചെറുപ്പക്കാരി എന്നെല്ലാം അർത്ഥം പറയാം. സുന്ദരിയോ കന്യകയോ അല്ലതന്നെ. ചിത്രത്തിൽ സൂചനയില്ലെങ്കിലും വേശ്യാലയ മാണ പശ്ചാത്തലം. അവിടെ സുന്ദരികളുണ്ടാകാമെങ്കിലും എന്തു കന്യക, എവിടത്തെ കന്യക? ബാർസെലോണയിലെ കരേർ ദ് അവിഞ്ഞ്യോ തെരുവിലെ, പിക്കാസ്സോയുടെ 'സ്വന്തം വേശ്യാലയ'മായിരുന്നത്രെ അത്. *ലാ ബോദൽ ദവിഞ്ഞൂ* അഥവാ *അവിഞ്ഞ്യോണിലെ വേശ്യാലയം* എന്നായിരുന്നു പിക്കാസ്സോ ചിത്രത്തിന് ആദ്യമിട്ട പേര്. കവി ആന്ദ്രേ സൽമോങ്ങാണ് കുറേക്കൂടി സദാചാരം തളിച്ച് ഇപ്പോഴത്തെ പേരിട്ടത്.

എങ്ങനെയാണ് *അവിഞ്ഞ്യോണിലെ ചെറുപ്പക്കാരികൾ* കലാലോ കത്തെ ഞെട്ടിച്ചത്? കീഴ്മേൽമറിച്ചത്? കലാചരിത്രപഠനങ്ങൾ അക്കാര്യം തലനാരിഴകീറി പരിശോധിച്ചിട്ടുണ്ട്. കലാചരിത്രവും പിക്കാസ്സോയുടെ ജീവചരിത്രവും പൂർവ്വസൂരികളും സമകാലീനതമായ കലാകാരന്മാരുടെ ജീവിതവും കലാശൈലിയുമെല്ലാം *ചെറുപ്പക്കാരിക* ളിലേക്ക വെളിച്ചം പകരാനായി തെളിച്ചുപിടിച്ചു. എങ്കിലും പിടിച്ചതിനെ ക്കാൾ വലുതാണ് ഇപ്പോഴും മാളത്തിൽ. സുപ്രസിദ്ധമായ പിക്കാസ്സോ നിശ്ശബ്ദതയാണ കാരണം. പിക്കാസ്സോ 'സൗന്ദര്യശാസ്ത്ര'പരമായിത്ത ന്നെ കല രണയാണെന്ന കരുതിയിരുന്ന, പക്ഷേ, സത്യത്തിലേക്ക നയിക്കുന്ന 'രണ.' പിക്കാസ്സോ എന്ന വ്യക്തിതന്നെയും ഒന്നാന്തരം 'രണയ' നായിരുന്ന, തന്നെയും മറ്റുള്ളവരെയും സുയിപ്പാക്കുന്ന

കാര്യത്തിൽ പകരം വയ്ക്കാനില്ലാത്ത കലാകാരനായിരുന്നു. ഇതു കലാ നിരൂപകരെയും കലാചരിത്രകാരന്മാരെയും കുഴക്കിയിട്ടുണ്ട്. പറഞ്ഞുപ റഞ്ഞുവരുമ്പോൾ അതിന്റെ എതിർവാദമായിത്തീരും ശരി!

ചെറുപ്പക്കാരികളെ നേരെയും ചാഞ്ഞും ചെരിഞ്ഞും നോക്കി. ആ ചിത്രത്തിലേക്കു നോക്കുന്ന ഒരു ദൃശ്യം ഓർമ്മയ്ക്കായി സൂക്ഷിക്കണമെന്ന ആശയുണ്ടായി. *ചെറുപ്പക്കാരികളെ* കാണാനായി ചെറുപ്പക്കാരായ സുന്ദ രന്മാർ ചുറ്റിലും ആവശ്യത്തിലേറെയുണ്ടായിട്ടും നീണ്ടുകൊല്ലുന്നനെയുള്ള ഒരു സുന്ദരിയെ ക്യാമറ ഏല്പിച്ച് ആഗ്രഹം പറഞ്ഞു. 'പിന്നെന്താ,'യുടെ ഇംഗ്ലീഷ് അവൾ പറഞ്ഞു. എന്റെ പല പോസിലുള്ള ഫോട്ടോകൾ ചെറുപ്പക്കാരികളുടെ പശ്ചാത്തലത്തിൽ എടുത്ത് ക്യാമറ തിരികെത്ത ന്നപ്പോൾ 'നന്ദി'യുടെ ഇംഗ്ലീഷ് ഞാനും പറഞ്ഞു.

"ടെറിഫിക്," ചിത്രത്തിൽ നോക്കി അവൾ പറഞ്ഞു,

"ആൻഡ് സബ്‌വേർസീവ്," ഞാൻ പറഞ്ഞു.

അതെ, ടെറിഫിക്, സബ്‌വേർസീവ് എന്നീ വിശേഷണങ്ങൾ മറ്റൊരു ആധുനിക ചിത്രത്തിനും ഒരുമിച്ച ചേരില്ല. 'ഭയങ്കര'വും വിധ്വം സകവുമായ ഈ ചിത്രം കാഴ്ചയെ കീറിമുറിച്ചു; ഉടച്ചവാർത്തു. *ചെറുപ്പക്കാ രികൾ* അങ്ങേയറ്റം പ്രാചീനവും അത്രതന്നെ ആധുനികവുമായിരുന്നു.

ഗോഗോളിന്റെ 'ഓവർകോട്ടി'ൽ നിന്നാണ് ആധുനിക റഷ്യൻ സാഹിത്യം പുറത്തുചാടിയത് എന്നു പറയാറുള്ളതുപോലെ, പോൾ സെസാനിൽ നിന്നാണ് ആധുനിക ചിത്രകല പുറപ്പെട്ടന്നത്. "അദ്ദേ ഹമാണ് എന്റെ ഒരേയൊരു ഗുരുനാഥൻ. എനിക്ക മാത്രമല്ല ഞങ്ങളെ ല്ലാവർക്കും - അദ്ദേഹം ഞങ്ങൾക്കു പിതൃസ്വരൂപമായിരുന്നു. ഞങ്ങളെ കാത്തത് അദ്ദേഹമായിരുന്നു," പിക്കാസ്സോ അധികം പറഞ്ഞ് അർത്ഥ ത്തെ കുറയ്ക്കുന്നില്ല. മനുഷ്യനെയും പ്രകൃതിയെയും കാണേണ്ട കണ്ണ് സെസാൻ നൽകി. അതു വിശേഷപ്പെട്ട കാഴ്ചയായിരുന്നു. കാരണം, സെസാന് "ചിത്രകല ഒരു ജീവന്മരണപ്രശ്നമായിരുന്നു." അത്ത രമൊരു ജീവൻമരണപ്രശ്നമാണ് *ചെറുപ്പക്കാരികളെ* വരക്കുമ്പോൾ പിക്കാസ്സോ നേരിട്ടത്. 1906-ൽ സെസാൻ മരിച്ച അതേ വർഷം തന്നെ *ചെറുപ്പക്കാരികളുടെ* മുന്നൊരുക്കങ്ങൾ പിക്കാസ്സോ ഇടങ്ങിയിരുന്നു. പതിവില്ലാത്തവിധം, വലിയൊരു കാൻവാസ് വാങ്ങിച്ചു, കുറേയേറെ സ്കെച്ചുകൾ വരച്ചു. വരക്കാനിരിക്കുന്ന ചിത്രത്തിന്റെ സംരചനയും പ്രമേയവുമെല്ലാം സ്കെച്ചുകളിൽ മാറിമറിഞ്ഞുകൊണ്ടിരുന്നു, സ്വാധീ നതകൾ തെളിയുകയും മായുകയും ചെയ്തു, സമകാലീനചരിത്രത്തിൽ നിന്നു പിന്നോട്ടും മുന്നോട്ടും സഞ്ചരിച്ചു. പിക്കാസ്സോയെക്കുറിച്ച്, 1940- ൽ, ഉജ്ജ്വലമായ ഒരു പഠനമെഴുതുമ്പോൾ നമ്മുടെ സ്വന്തം കേസരി,

നമുക്കറിയാത്ത കാരണങ്ങളാൽ, *ചെറുപ്പക്കാരികളെ* കാണാതെ പോകുന്നുണ്ടെങ്കിലും ഗൊസ്തോവ് കൊക്ക്യാ എന്ന നിരൂപകനെ ഉദ്ധരിച്ച് ഇങ്ങനെ എഴുതുന്നു, ''പിക്കാസ്സോയിൽ അസാധാരണമായ കലാവാസന കളിയാട്ടുന്നുണ്ട്. അപരിചിതങ്ങളായ സകലതിനെയും അദ്ദേഹം ഗ്രഹിക്കുന്നു. എന്നാൽ ഇവയൊന്നും തന്നെ അദ്ദേഹത്തിൽ നിലനിൽക്കുന്നില്ല.'' അംഗവടിവ്വും നിറവ്വും മാംസളതയും വികാരവൈ വശ്യമുള്ള സ്ത്രീകളെ ചിത്രകാരന്മാർ അതുവരെയും കണ്ണകഴക്കംവരെയും നോക്കിയിട്ടുണ്ട്. പിക്കാസ്സോ *ചെറുപ്പക്കാരികളെ* വരക്കുന്ന കാലത്തും എദ്ഗാർ ദുഗയ്യുടെ സ്ത്രീകൾ കുളിമുറിയിൽ നിന്നു പുറത്തുകടന്നിരുന്നില്ല. ആധുനികവ്വും തുറന്നതുമായ ബോദലേർ കാലഘട്ടത്തിൽ വേശ്യകൾ കലയിൽ 'രാജകീയമായി' പ്രവേശിച്ചു. അവരെയാണ് ചെറുപ്പക്കാരിക ളിൽ നാം കണ്ടത്. *അവിഞ്ഞ്യോണിലെ ചെറുപ്പക്കാരികളിൽ* രണ്ടരമീറ്റർ വിസ്തൃതിയുള്ള കാൻവാസിൽ, അഞ്ചു സ്ത്രീകളെയാണ് നാം കാണുക. വികാരരഹിതം. പ്രതലത്തിൽ ഒട്ടിച്ചുവച്ചതുപോലെയാണ് നടുവിലെ രണ്ടുസ്ത്രീകളുടെ നില്പ്. വശങ്ങളിലേക്ക നോക്കുന്ന രണ്ടു സ്ത്രീകൾ മുഖംമൂടി ധരിച്ചതുപോലെ. ഐബീരിയൻ-ആഫ്രിക്കൻ ആദിമകലയിലെ മുഖംമൂടികളുടെ ശൈലി മുഖഭാഗദൃശ്യങ്ങളിൽ കാണാം, ആഫ്രിക്കൻ ആദിമകലകളുമായോ മുഖംമൂടികളുമായോ ആ ഘട്ടത്തിൽ തനിക്ക യാതൊരു പരിചയവ്വുമുണ്ടായിരുന്നില്ലെന്നു പിക്കാസ്സോ പറയുന്ന ണ്ടെങ്കിലും ക്യൂബിസം, അഥവാ കേസരി പറയുന്ന കോണാത്മകത്വം, അന്ന് ഔദ്യോഗികമായി ഉദയം ചെയ്ത്തിട്ടില്ലെങ്കിലും ഈ ചിത്രം സൂക്ഷിച്ച നോക്കിയാൽ കോണകൾ ഉടനീളം കാണാം. *ചെറുപ്പക്കാരികൾ* മാത്രമ ല്ല, അവർ നിൽക്കുന്ന പശ്ചാത്തലവ്വും പ്രധാനമാണ്. ചിത്രകലയിലെ സ്ഥലത്തെയും കാലത്തെയും അവ എന്നേയ്ക്കുമായി അട്ടിമറിച്ചു. ഒരർ ത്ഥത്തിൽ ഒരു യുദ്ധക്കളമായിരുന്ന ആ ചിത്രം.

മോമയിൽ പിക്കാസ്സോയുടെ ഈയൊരു രചന മാത്രമേയുള്ളൂ എന്ന് പിക്കാസ്സോയെക്കുറിച്ചും മോമയെക്കുറിച്ചും വലിയ ധാരണയില്ലാത്ത വായനക്കാർ കരുതിയേക്കും. പാരീസിലെ പിക്കാസ്സോ മ്യൂസിയം കഴിഞ്ഞാൽ ആ കലാകാരന്റെ ഏറ്റവുമധികം സൃഷ്ടികൾ മോമയിലാണ്. മാത്രവ്വുമല്ല, എക്കാലത്തെയും മഹാനായ കലാകാരന്മാരിലൊരാളായി പിക്കാസ്സോയെ പ്രതിഷ്ഠിക്കുന്നതിനു പിന്നിൽ മോമയുമുണ്ട്. 1939-ൽ പിക്കാസ്സോയുടെ നാല്പതുവർഷത്തെ രചനകളുടെ വലിയൊരു സ്മൃതിപ രമ്പര മോമ ഒരുക്കി. 92 വർഷം വരച്ചവരച്ചവരച്ച് ജീവിച്ച (1881-1973) ആ കലാകാരന്റെ ഇരുപതാം വയസ്സിലെ ആത്മചിത്രം തൊട്ട് മരണത്തിന തൊട്ടുമുമ്പുള്ള ദിവസങ്ങളിൽ വരച്ച ചിത്രങ്ങൾ വരെ ഉൾക്കൊള്ളുന്ന എഴുപതിലേറെ വർഷത്തെ രചനകൾ മോമയില്ുണ്ട്.

മോമയിൽ നിന്നിറങ്ങി ഒരു കോപ്പ കാപ്പി കൂടി കുടിച്ച്, അംബര ചുംബികളുടെ തണലില്ലൂടെ, ടൈംസ് സ്ക്വയറിലേക്ക് നടന്നു. ടൈംസ് സ്ക്വയറിന്റെ പളപളപ്പിൽ, ജഗപൊഗയിൽ, ചുറ്റിലുമുള്ള വീഡിയോ പരസ്യപ്പലകകളിൽ ശകലിതമായ ലോകം ഒരിക്കൽക്കൂടി 'കൺകു ളിർക്കെ' കണ്ടു. ന്യൂയോർക്കിന്റെ അതിർനഗരത്തിലുള്ള താരതമ്യേന വിലകുറഞ്ഞ ഒരു മുറിയിൽ മോമയിൽ നിന്നു വാങ്ങിയ, മോമയിലെ പിക്കാസ്സോ ചിത്ര-ശിൽപ്പങ്ങളെക്കുറിച്ചുള്ള ഒരു പുസ്തകം മറിച്ചുനോ ക്കിക്കൊണ്ടിരുന്നപ്പോൾ, മനമോടാത്ത കുമാർഗ്ഗമില്ലെല്ലടോ, മറ്റൊരു വഴിക്കാണ് എന്റെ ആലോചനകൾ പോയത്. മറന്നുപോകാതിരി ക്കാൻ മോമയിൽ നിന്നുതന്നെ വാങ്ങിയ കമനീയമായ ഒരു നോട്ടുപുസ്ത കത്തിൽ കവിത എന്ന പേരിൽ കുറിച്ചിട്ടുകയും ചെയ്തു. ശീർഷകം: വില്പന.

മോമയിലെ

മൂന്നും നാലും നിലകൾ

അപ്പാടെ വിറ്റഴിച്ചാൽ

ഒരു രാജ്യം

വിലയ്ക്കുവാങ്ങാനുള്ള

പണം കിട്ടും.

അപ്പോൾ അമേരിക്കേ,

സ്പെയിനിന്നും ഫ്രാൻസിന്നും ഇറ്റലിക്കും

എത്രവെച്ചു കൊടുക്കും?

പോർക്കലി ഭഗവതീ,

(ഭഗവാനേ?)

ആയുധമായിട്ട കൊടുക്കരുതേ!

കല മുറി അലങ്കരിക്കാനുള്ളതല്ല

അതൊരായുധമാണ്,

പ്രതിരോധത്തിന്നും

ആക്രമണത്തിന്നുമെന്നു

കേമത്തത്തോടെ

നീ പ്രദർശിപ്പിച്ചിരിക്കുന്ന

പിക്കാസ്സോ.

2023

കുറിപ്പുകൾ

രണ്ട് അമേരിക്കൻ യാത്രകൾ

1. ബെർതോൾട് ബ്രെഹ്ത്

2. ചെറുതരം ചിത്രകാരനായിരുന്ന ഹിറ്റ്‌ലറെ 'ഹൗസ്‌പെയിന്റർ' എന്നാണ് ബ്രെഹ്ത് വിശേഷിപ്പിച്ചിരുന്നത്.

3. "I don't want to have any trouble with American authorities," പിൽക്കാലത്ത് ബ്രെഹ്ത് ഒരഭിമുഖത്തിൽ പറഞ്ഞതിന്റെ ഇംഗ്ലീഷ്.

4. വിൻസന്റ് വാൻഗോഗ് കാമുകിക്ക് ചെവി മുറിച്ചുകൊടുത്തതിന പിന്നിലെ യാഥാർഥ്യവും കെട്ടുകഥകളും അന്വേഷിക്കുന്ന പുസ്തകം. *വാൻഗോഗ്സ് ഇയർ ദ ട്രൂ സ്റ്റോറി*, ബെർണാഡെറ്റെ മർഫി, ചാറ്റോ ആൻഡ് വിൻഡസ്, ലണ്ടൻ, 2016.

5,6. മ്യൂസിയം ഓഫ് മോഡേൺ ആർട്ട് (MoMA). വാൻഗോഗിന്റെ *ദ് സ്റ്റാറി നൈറ്റ്* (1889) എന്ന പേരുകേട്ട ചിത്രം ഈ മ്യൂസിയത്തിലാണ്.

9/11 -ഗ്രൗണ്ട് സീറോ

1. ഡോ.ടി.കെ. രാമചന്ദ്രൻ (1949-2008). മാർക്സിസ്റ്റ് സൈദ്ധാന്തികൻ.

2. ചിലെയിൽ സാൽവദോർ അയെന്ദെ സർക്കാരിനെ അട്ടിമറിക്കാൻ 1973 സെപ്റ്റംബർ 11-ന് അമേരിക്ക ബോംബിട്ടു. അയെന്ദെ ആത്മാഹുതി ചെയ്തു.

ഹഡ്സൺ നദീതീരത്ത്

1. ന്യൂയോർക്കിലെ ബാറ്ററി പാർക്ക്, മാൻഹട്ടൻ ദ്വീപിന്റെ തെക്കേയറ്റം.

2. പേരുകേട്ട ഐറിഷ് ബിയർ, കറുത്തനിറത്തിൽ.

3. ജയൻ ചെറിയാൻ, കവി, ചലച്ചിത്രസംവിധായകൻ, ന്യൂയോർക്കിൽ താമസം.

4. രാജീവ് അഞ്ചൽ, ചലച്ചിത്ര സംവിധായകൻ, കൊല്ലം ചടയമംഗലത്ത് ജടായു ശില്പം ഒരുക്കി.

5. നികനോർ പാരാ,(1914-2018) ചിലെയൻ കവി. ഈ കവിത എഴുതുമ്പോൾ പാരയ്ക്ക് 102 വയസ്സ്.

6. 'U. S.A

Where Liberty

is a statue.'

ദൈവം നമ്മോട്ടുകൂടെ

നെപ്പോളിയന്റെ കോഞ്ഞ്യാക്ക് എന്നിറിയപ്പെടുന്ന കുർവോയ്സെ (Curvoisier) ഇമ്മാനുവേൽ കുർവോയ്സെയുടെ കമ്പനിയാണ് ഉണ്ടാക്കി യത്. 1811-ൽ നെപ്പോളിയൻ കുർവോയ്സെയുടെ സ്ഥാപനം സന്ദർശിച്ച പ്പോൾ നിരവധി ബാരല്യകൾ സെന്റ് ഹെലനയിലേയ്ക്കു കൊണ്ടുപോയി എന്ന കഥ. ഇമ്മാനുവൽ എന്ന പദത്തിനർത്ഥം: ദൈവം നമ്മോട്ടുകൂടെ.

ന്യൂയോർക്ക് രാത്രിയിലെ ചാരുദൃശ്യം

1. ഈതാലോ കൽവീനോ, *ഹെർമിറ്റ് ഇൻ പാരീസ്,* വിന്റേജ്, ലണ്ടൻ, 2003

2. ഇറ്റാലിയൻ നാടോടിക്കഥകളുടെ സമ്പാദകൻ കൂടിയാണ് കൽവീനോ. *ഇറ്റാലിയൻ ഫോക്ടെയ്ൽസ്,* ഈതാലോ കൽവീനോ, പെൻഗ്വിൻ, ലണ്ടൻ, 1982.

3. *ദ് ഹണ്ടേർസ് ഇൻ സ്നോ* (1565), പീറ്റർ ബ്രൂഗൽ

ന്യൂയോർക്കിലെ ആദ്യദിനങ്ങൾ

1. 'അമേരിക്കൻ ഡയറി 1959-1960,' *ഹെർമിറ്റ് ഇൻ പാരീസ്, വിന്റേജ്, ലണ്ടൻ,* (2003)

വൺ: നമ്പർ 31

അമൂർത്ത ചിത്രകാരനായ ജാക്സൺ പോളകിന്റെ (1912-1956) വിശ്രുത പെയിന്റിംഗ്, മ്യൂസിയം ഓഫ് മോഡേൺ ആർട്ട്, ന്യൂയോർക്ക്.

വില്പന

അവിഞ്ഞ്യോണിലെ ചെറുപ്പക്കാരികൾ (1907) ഉൾപ്പെടെ പിക്കാസ്സോയുടെ 55 കലാസൃഷ്ടികൾ മോമയിലുണ്ട്.

ഫില്ലിയിൽ, *കുളിക്കാരികൾക്കു* മുന്നിൽ

*ഫിലഡെൽഫിയയുടെ ഓമനപ്പേര്

1. *ദ് ലാർജ് ബാത്തേർസ്,* പോൾ സെസാൻ, (1906), ഫിലഡെൽഫിയ മ്യൂസിയം ഓഫ് ആർട്ട്.

2. "I will astonish Paris with an apple," ചെറുപ്പത്തിൽ ഇക്കോൽ ദ് ബ്യൂസാ (Ecole des Beaux - Art) യിൽ പ്രവേശനം ലഭിക്കാതിരുന്ന ഘട്ട ത്തിൽ സെസാൻ പറഞ്ഞത്രെ.

3. ചിത്രമെഴുത്ത് എന്നായിരുന്നുവല്ലോ പണ്ടത്തെ മലയാളത്തിൽ.

4. രണ്ടു കണ്ണുംകൊണ്ട് നോക്കുമ്പോൾ കാഴ്ചയില്ലുണ്ടാകുന്ന അവസ്ഥാവി ശേഷങ്ങൾ സെസാന്റെ സൗന്ദര്യാത്മക പ്രശ്നമായിരുന്നു.

5. എമീൽ ബെർണാർ (1868-1941) ഫ്രെഞ്ച് ചിത്രകാരൻ. വാൻഗോഗി ന്റെയും പിൽക്കാലത്ത് സെസാന്റെയും സുഹൃത്തായിരുന്നു. *സെസാൻ ബൈ ഹിംസെൽഫ്* ('എഡിറ്റർ: റിച്ചാർഡ് കെൽഡെൽ, ലിറ്റിൽ, ബ്രൗൺ ആൻഡ് കമ്പനി, ലണ്ടൻ,'1998) എന്ന പുസ്തകത്തിലെ സെസാനുമായുള്ള സംഭാഷണ ങ്ങൾ' എന്ന ഭാഗത്തിൽനിന്നും.

സ്മൈലി കോസ്റ്ററുകൾ

1 ചൂടുള്ള പാനീയങ്ങൾ വയ്ക്കാനുള്ള ചെറുതട്ട്.

ബാങ്സിയുടെ നെയ്പാം പെൺകുട്ടി

1. ഹോചിമിൻ

2. നിക് ഉട്ട്, വിയറ്റ്നാമീസ് - അമേരിക്കൻ ഫോട്ടോഗ്രാഫർ. നെയ്പാം പെൺകുട്ടി' എന്ന ചിത്രം യുദ്ധത്തിന്റെ ഭീകരതയെക്കുറിച്ചുള്ള ഫോട്ടോഗ്രാ ഫുകളിൽ ഏറ്റവും പ്രസിദ്ധം.

3. ഫാൻ തി കിം ഫുക്ക്, ഫോട്ടോയിലുള്ള ഒമ്പതു വയസ്സുകാരിയായ നഗ്നയായ പെൺകുട്ടി. നെയ്പാം ബോംബിങ്ങിൽ അവൾക്കു പൊള്ളലേ റ്റിരുന്നു.

നഗ്നത

1. മെട്രോപൊളിറ്റൻ മ്യൂസിയം ഓഫ് ആർട്ടിന്റെ വിളിപ്പേര്.

2.ഗറില്ലാ ഗേൾസ്: അമേരിക്കയിലെ ഫെമിനിസ്റ്റ് ആക്ടിവിസ്റ്റ് കലാകാ രികൾ. ഗറില്ലാ മുഖംമൂടി ധരിച്ചാണ് ഇവർ പ്രത്യക്ഷപ്പെടുക. ലിംഗവിവേചന ത്തിനെതിരെയും കലയിലെയും രാഷ്ട്രീയത്തിലെയും കാപട്യത്തിനെതിരെയും പ്രതികരിക്കുന്നു. ആശയമാണ പ്രധാനം എന്നതിനാൽ അവർ അജ്ഞാത രായി തുടരുന്നു.

3. *നേക്കഡ് മാൻ ബാക് വ്യൂ* (1991-92), ലൂസിയൻ ഫ്രോയ്ഡ് (1922-2011), എണ്ണച്ചായം, മെറ്റ്. സിഗ്മുണ്ട് ഫ്രോയ്ഡിന്റെ പേരക്കിടാവുകൂടിയാണ് ലൂസിയൻ.

കുടിയേറ്റക്കാർ

1. ന്യൂയോർക്കിലെ ബാറ്ററി പാർക്കിൽ, കുടിയേറ്റക്കാരുടെ ശില്പസമുച്ചയം. ശില്പി: ല്യൂയിസ് സൻഗ്വീനൊ, സ്പെയിൻ സ്വദേശി.

2. നാസികളുടെ കടുത്ത വിമർശകനായ ആൽബെർട്ട് ഐൻസ്റ്റീനെ നാത്സികൾ നോട്ടമിട്ടിരുന്നു. തലയ്ക്കു വിലയും ഇട്ടു.

''എന്റെ തലയ്ക്ക് ഇത്രയും വിലയോ'' എന്ന് ഐൻസ്റ്റൈൻ

പരിഹസിച്ചിരുന്നു. ഐൻസ്റ്റൈൻ അന്നേ അന്തർദ്ദേശീയ പ്രശസ്തനാകയാൽ നാത്സികൾ കുറെക്കൂടി കരുതലെടുത്തു. നാത്സികളുടെ പ്രചാരണവിഭാഗം തലവൻ ജോസഫ് ഗീബൽസ് മേൽനോട്ടം വഹിച്ച നാസികളുടെ ഒരു മാസികയിൽ ഐൻസ്റ്റൈനിന്റെ ഒരു ഫോട്ടോയ്ക്കുകീഴെ, ജർമ്മൻ ഭാഷയിൽ വലിയ അക്ഷരത്തിൽ 'ഇനിയും തൂക്കിലേറ്റിയിട്ടില്ലാത്തയാൾ' (BIS JETZT UNGEHAENGT) എന്നെഴുതിയിരുന്നു.

3. ഖലീൽ ജിബ്രാൻ (1883-1931), കവി, ഗദ്യകാരൻ, ചിത്രകാരൻ. സ്വദേശം ലെബനോൺ. 1885-ൽ അമേരിക്കയിൽ കുടിയേറി. *പ്രവാചകൻ* വിശ്രുതരചന.

4. സാൽവദോർ അയെന്ദെ (1908-1973) ചിലെയുടെ പ്രസിഡന്റ് (1970-73) ആയിരുന്നു.

5. ഇസബെൽ അയെന്ദെ, ചിലെയൻ നോവലിസ്റ്റ്. 1988 തൊട്ട് അമേരിക്കയിൽ.

6. നിക് ഉട്ട്, വിയറ്റ്നാമീസ് ഫോട്ടോഗ്രാഫർ, 1977-ൽ അമേരിക്കയിൽ കുടിയേറി. 'നെയ്പാം പെൺകുട്ടി' എന്ന ഫോട്ടോഗ്രാഫ് അമേരിക്ക യുദ്ധം നിർത്താനുള്ള കാരണങ്ങളിൽ പ്രധാനപ്പെട്ടതായി കരുതപ്പെടുന്നു.

7. വില്ലെം ഡി കോണിങ് (1904-1997) ഡച്ച് ചിത്രകാരൻ. 1926-ൽ ഒരു കപ്പലിന്റെ എഞ്ചിൻമുറിയിൽ ഒളിച്ച് അമേരിക്കയിലെത്തി.

8. മിറിയം മകേബ (1932-2008) ദക്ഷിണാഫ്രിക്കൻ ഗായിക. 1960-ൽ അമേരിക്കയിൽ കുടിയേറി.

9. ചിനുവ അച്ചേബെ (1930-2013) നൈജീരിയൻ നോവലിസ്റ്റ്, കവി. 1990-തൊട്ട് അമേരിക്കയിൽ.

10. എഡ്വേഡ് സെയ്ദ് (1935-2003) പലസ്തീൻ സ്വദേശി, ചിന്തകൻ, സംസ്കാരനിരൂപകൻ. 1951-ൽ അമേരിക്കയിൽ കുടിയേറി.

11, 12. മഹ് മൂദ് ദർവീഷ് (1941-2008), പലസ്തീൻ കവി, 'എഡ്വേഡ് സെയ്ദ്: എ കോൺട്രാപന്റൽ റീഡിംഗ്,' ദർവീഷിന്റെ കവിത.

13. ല്വയി കർദോസ യീ അരഗോൻ (1901-1992), ഗ്വാത്തെമാലയിലെ കവി, ഗദ്യകാരൻ.

വാൻഗോഗിന്റെ കാമുകിമാർ

*ജോർജ് ബെസ്റ്റ് (1946-2005), ഇംഗ്ലണ്ടിലെ ഫുട്ബോൾ ഇതിഹാസം.

1,വിറ്റ്മാൻ-നെരൂദ നദീതീരത്ത്

2. ഫെദരീകോ ഗാർസിയ ലോർക (1898-1936) *കവി ന്യൂയോർക്കിൽ*

വിഖ്യാത കാവ്യങ്ങളിൽ ഒന്ന്. 'വാൾട്ട് വിറ്റ്മാന സ്തുതിഗീതം' അതിലെ ഒരു ഖണ്ഡം.

3. നികനോർ പാർറ (1914-2018), ചിലെയൻ കവി, 'അമേരിക്ക' എന്ന കവിതയിലെ ആദ്യവരി.

4. *ചിലെയൻ വിപ്ലവത്തിന വാഴ്ഴം നിക്സണെ തകർക്കാനുള്ള ആഹ്വാനവും, നെരുദയുടെ കാവ്യസമാഹാരം (*

5. 1973 സെപ്ലംബർ 11-ന് അമേരിക്കയുടെ ഒത്താശയോട ചിലെയിലെ തെരഞ്ഞെടക്കപ്പട്ട പ്രസിഡന്റ് സാൽവദോർ അയെന്ദെയെ അട്ടിമറിച്ച് ഔഗസ്തോ പിനോഷെ അധികാരം പിടിച്ച.

6. ല്യയി ആംസ്ട്രോങ്ങ് (1901-1971), അമേരിക്കൻ ജാസ്സ് സംഗീത ഇഞ്ഞൻ, ഗായകൻ.

യാത്രകൾ

നിത്യഭാസുരനഭശ്ചരങ്ങളേ...

1. ഡോൺ മക്ലീനിന്റെ 'സ്റ്റാറി സ്റ്റാറി നൈറ്റ്' കേൾക്കാൻ:

https://youtu.be/A3DUsxOIZi4?si=-wul6BJNi89JXbem

2. ആൻ സെക്സ്റ്റൺ 'ദ് സ്റ്റാറി നൈറ്റ്' വായിക്കുന്നത കേൾക്കാൻ:

https://youtu.be/NyZeKFgieY8?si-n-u-eDlotZmmZCid